LUST

Michelle Roys

contents

CHAPTER ONE

Naki-usap ang tiyahin ni lisa na kung maari ay pumalit siya dito bilang kasambahay ng amo nito noong una ay nag dadalawang isip pa ang dalaga pero kalaunan ay napilitan din siya sapagkat kailangan nila ng pera ayun sa kaniyang tiyahin malaki mag-pa-sweldo ang amo.

Sige po tiya payag na po ako sa alok mong pumalit sa'yo.

Talaga hija, maraming salamat.

Walang anuman ho tiya. Kailan ho ba ako pupunta diyan?

Eh kung gusto mo bukas na para maturuan na kita sa mga dapat mong gawin. Ano okay ba yun sa'yo?

Oo naman po tiya, magpapa-alam lang ho ako kila inay at itay.

Sige sabihan mo sa mag asawa mabait ang magiging amo mo dito at magagaan ang mga gawain.

Opo makakarating ho sa kanila, tawagan ko na lang ho kayo kapag naka usap kona ho sila.

Sige.

Ini-end call na ni tiya martha ang tawag kaya napa-buntong hininga na lang si lisa unang beses itong mangyayari na mawawalay siya sa kaniyang pamilya sana tumagal siya sa nagiging trabaho niya para matustusan niya ang pangangailangan ng kaniyang mga kapatid at lalo na ang kanilang magulang.

Lisa, ayos kang ba ang iyong lagay? Nagulat ng bahagya si lisa sa pagyugyog ng kaniyang ina.

I-inay kanina pa ho kayo dyan?

Aba'y oo kanina pa kita kinakausap ano bang nangyayari sayong bata ka?

Wala ho may iniisip lang po ako, asan ho ang itay?

Nandyan sa labas.

Maari ko po ba kayong makausap mamaya.?

Oo naman, bakit mag aasawa kana ba?

Hindi ho.

Mabuti naman.

Naglakad na papasok sa kwarto ang kaniyang ina naiiling naman si lisa dahil sa tanong ng kaniyang ina wala nga siyang boyfriend tapos tatanungin siya nito kung mag aasawa na ba siya.

Naabutan siya ni aling belen na hinuhugas ang bigas na pang saing naupo ito sa lamesa saka kumuha ng baso upang mag timpla ng kape.

Anak? Ano nga ulit yung sabi mo kanina? Basag nito sa katahimikan.

Sabi ko po kakausapin ko kayo ng itay.

Bakit mag aasawa kana ba lisa? Estriktong tanong ni mang joko.

Tatay naman, eh wala nga akong boyfriend kahit man lang manliligaw eh. Maktol niya sa ama.

Bahagyang natawa ang mag asawa dahil sa kaniyang pagmamaktol.

Alam naman namin na hindi kapa mag-aasawa binibiro ka lamang namin ng iyong inay.

Halika dito maupo ka at pag-usapan natin yang problema mo. Ani ng kaniyang ina, naupo siya sa bakanteng upuan.

Inay, itay sana ho pumayag kayo. Huminto siya saka isang buntong hininga ang ginawa. Tumawag ho kasi sa'kin ang tiya martha nakiki-usap na kung maari daw na ako ang pumalit sa kaniya.

Ang tanong eh kaya mo bang ang lungkot doon anak? Tanong ng kaniyang ama.

Kakayanin po itay para sa atin naman po yung gagawin kong pag layo eh.

Sa amin ng iyong inay ay walang problema kung nais mo talagang mamasukan sa pinagtatrabahuhan ni martha, sigurado kami na hindi ka ipapahamak ng iyong tiya.

So pumapayag na ho kayo?

Sabay na tumango ang mag-asawa sa kaniyang tanong agad na tumayo ang dalaga sa kaniyang kinauupuan at sabay na niyakap ang mag asawa.

Maraming salamat ho inay, itay huwag po kayong mag alala at gagalingan ko po sa trabaho para tumagal ako doon.

Kinagabihan ay inayos na niya ang kaniyang mga dadalhin patungong maynila pumasok sa kanilang kwarto si carlota pero tahimik lang ito hindi katulad ng mga nagdaang mga araw na sobrang daldal nito. Kaya nilapitan niya ito.

Carlota, bakit ka malungkot?

Kasi iiwan muna kami ni kuya lito, pati na rin sina nanay at tatay. Malungkot nitong saad.

May dahilan naman si ate kung bakit aalis eh, para sa atin naman yun para lahat ng gusto mo mabibili na ni ate ayaw mo ba nun?

Ayaw ko ate mas gusto kong nandito ka nakikita ko tuwing uuwi ako galing sa school.

Pwede naman tayong mag vedio call.

Pwede nga pero hindi naman kita mayayakap ng madalas.

Hindi niya na napigilan ang maluha dahil sa mga sinabi ng kaniyang bunsong kapatid, kahit naman siya ay nahihirapan din pero kailangan niyang mag-tiis para sa pamilya niya para makapag tapos ang nga kapatid niya sa pag aaral.

Huwag ka ng umiiyak pati tuloy si ate naiiyak na din.

Mamimiss kita ate.

Ako din naman.

Hay naku ang mga artista ng iiyakan na. Singit ni lito.

Umiyak ka din naman kanina kuya ah.

Hindi kaya, mabuti ngang umalis na yan si ate para wala ng laging galit dito sa bahay.

Sus! Bakit hindi mo ba ako mamimiss lito?

Hindi.

Kunwari kapa kuya, aminin muna kasi na mamimiss mo din si ate.

Naglakad palapit sa kanila si lito, saka mahigpit na niyakap si lisa sabay humagulhol ang binatilyo sa balikat ni lisa.

A-ate ma-mamimiss kita ng sobra. Saad ng binatilyo sa pagitan ng mga hagulhol nito.

Akala ko ba hindi ka iiyak? Pang aasar ni carlota sa kapatid..

Hindi ko napigilan eh, ngayon lang kasi si ate lalayo sa atin.

Kahit naman ako nahihirapan din, pero kailangan kong gawin para saatin naman ito eh para mabili ko na ang lahat ng gusto niyo. Alagaan niyo sina inay at itay huwag na huwag kayong mag papasaway lagi sa kanila.

Opo ate. Sabay na sagot ng dalawa.

Hali nga kayo dito payakap ako ng mahigpit. Walang kamalay-malay ang tatlong magkakapatid na nakamasid pala sa kanila ang kanilang mga magulang at naluluha na din ang mga ito dahil sa nasasaksihan.

CHAPTER TWO

Araw na ng alis ni lisa pero hindi niya na ginising ang dalawang kapatid dahil ayaw niya ulit na mag-iyakan sila namamaga pa nga ang kaniyang mga mata dahil sa magdamagang iyakan.

Anak, mag iingat ka doon ha, lagi kang tatawag sa'amin.

Opo inay. Naluluha na naman siya kaya tumingala siya sa kalangitan upang pigilan ang pagtulo ng mainit na likido mula sa kaniyang mata.

Anak, kapag nahihirapan ka dun sabihin mo saamin para natulungan ka naming maka uwi dito. Saad naman ng kaniyang itay.

Opo itay.

Sige na sumakay kana baka maiwanan ka ng bus.

Umakyat na siya papasok ng bus, bago siya tuluyang makapasok isang sulyap pa ang ginawa niya sa kaniyang mga magulang na naluluha na din habang kumakaway sa kaniya kumaway din siya pabalik sa mga ito.

Habang naglalakbay ang bus palayo sa lugar na kaniyang kinalakihan ay hindi niya maiwasan na hindi maluha dahil malalayo na talaga siya sa mga mahal niya sa buhay at kailangan niyang tanggapin dahil yun ang katotohanan na hindi habang buhay ay kapiling niya ang mga magulang at mga kapatid, kahit masakit kailangan niyang tanggapin at panindigan.

Nagising siya sa isang tapik sa kaniyang balikat, pungas-pungas pa siyang tumingin sa tumapik sa kaniya.

Miss, nandito na tayo. Ani ng konduktor ng bus.

Ganon ho ba. Salamat po.

Tumayo na siya pagkakuha niya ng kaniyang bag, agad niyang tinawagan ang tiyahin.

Tiya nandito na ho ako.

Sige hintayin mo ako dyan, susunduin kita.

Opo tiya.

Huwag na huwag kang mag titiwala sa mga hindi mo kakilala o sa mga nag aalok sa'yo. Bilin ng tiya martha niya bago nito ibanaba ang tawag.

Pinagmmamasdan niya ang mga ng gagandahang mga ilaw sa bawat gusali na kaniyang nakikita.

Naka-aaliw naman ang mga ilaw na ito, pero.... Pero hindi niya na naituloy ang kaniyang nais sabihin dahil sa isang busina ang kaniyang narinig at bumaba dito ang kaniyang tiya martha.

Kamusta ang byahe mo hija? Tanong ni tiya martha pagkalapit sa dalaga.

Maayos naman po tiya martha.

Mabuti naman kung ganon, halika na para makapag pahinga kana.

Tinulungan si lisa ng tiyahin na buhatin ang kaniyang dalang bag at ang maliit na basket na may lamang minatamis na pili at langka.

Pagkapasok niya sa backseat ay naupo na din si tiya martha sa pasenger seat saka na umalis ang kanilang sasakyan at ipinikit niya naman ang kaniyang mata. Hindi niya namalayan na naka-idlip na siya nag-ising na lang siya sa isang tapik sa kaniyang balikat.

Tiya?

Nandito na tayo anak.

Ganon ho ba?

Halika doon ka na lang sa kwarto magpahinga bukas na lang tayo mag usap tungkol sa magiging trabaho mo.

Opo tiya.

Sumunod na si lisa sa tiyahin ng pumasok na ito sa kalakihang ba-
hay habang dala ang mga bag na may lamang mga gamit niya at
pasalubong sa kaniyang tiyahin. Namamangha siya sa ganda ng kaba-
hayan parang ang sarap manirahan sa bahay na ito. Kulay cream at
puti ang ceiling at wall ng bahay at may malaking piano sa bandang
kaliwa ng salas.

May solo couch at pang maramihan nakaharap dito ang malaking
television at dalawang sound system. Napansin niya din ang maliit
na bar sa ilalim ng hagdan.

Mahilig siguro si sir sa alak, kahit siguro mag isa lang siya ay umiinom
siya. Kausap niya sa sarili.

Lisa, hali kana dito sa itaas bukas na lamang kita i-to-tour sa bahay.

Opo tiya.

Sumunod na sa itaas ang dalaga.

Dito ang magiging kwarto natin hija habang nandito pa ako.

Ay ganun ho ba tiya, ang ganda naman ng magiging kwarto natin tiya
ah.

Oo nga ganun din ako nung una kong ganito ang magiging kwarto
ko.

Tara ho matulog na tayo kasi po inaantok na talaga ako.

Sige anak.

Pumasok na ang mag tiyahin sa kanilang silid dahil inaantok na talaga ang dalaga gusto niya talaga mahiga dahil pakiramdam niya ano mang oras ay babagsak na ang kaniyang katawan.

Kinabukasan maagang nagising si lisa.. Napansin niyang naka higa pa ang kaniyang tiya inilibot niya ang kaniyang paningin sa loob ng kanilang silid napansin niya ang isang pinto kaya nasigurado niyang banyo iyon... Kaya naglakad na siya papunta doon upang makapag hilamos at makapag toothbrush.

Paglabas niya mula sa banyo ay nakita niyang naka upo na si tiya martha kaya agad niya itong binati.

Magandang umaga po tiya.

Magandang umaga din sa'yo anak, halika pumunta na tayo doon sa ibaba upang makapag luto na tayo ng almusal natin.

Sige po.

Pagkarating nila sa kusina ay agad na binuksan ni tiya martha ang ref. Upang kumuha doon ng maluluto.

Anak, mag timpla kana muna ng kape. Nandito sa kabinet ang kape.

Naglakad siya palapit sa kabinet at kinuha ang mga kape, asukal at creamtop.

Tiya kailan ho ba ang balik ni sir dito sa pilipinas?

Baka bukas pa anak.

Masungit ho ba ang amo natin?

Naku anak mabait yun si Evan, Basta huwag mo kokontrahin lahat ng gusto niyang ipagawa sa'yo. Paliwanag ng tiyahin sa kaniya.

Huwag po kayong mag alala hindi po ako magiging sakit sa ulo ni sir. Paniniguro niya naman sa tiyahin.

Saka anak kaunti lang naman ang trabaho mo dito, pwede kana matulog kung wala kana pwedeng gawin kung gusto mo makipag kaibigan ka dyan sa mga kapitbahay mababait naman ang mga kasambahay dyan hayaan mo mamaya papa kilala kita. Mahabang kwento ng tiyahin.

Sige po tiya para po may kaibigan na ako agad dito.

Oo, Basta pagbutihin mo ang trabaho mo dito tatagal ka.

Opo, para po ito sa pamilya ko kaya Po pagbubutihan ko ang trabaho ko dito.

Tama yan hija, siyanga pala hindi kumakain ng pritong manok si sir Evan, mas mahilig siya sa ma sarsa na ulam at sinabawan.

Okay po pero kumakain po siya ng adobong manok?

Oo prito lang hindi.

Bakit Po kaya?

Naku anak huwag kana magtanong pa.

Nagkibit balikat na lamang siya parang gusto niyang I challenge ang sarili sa kanilang amo. Napangiti na lamang siya ng lihim.

CHAPTER 3

Alas tres na ng makauwi siya dahil sa sobrang traffic dito sa pilipinas hindi niya na inabala pang gisingin ang matandang kasama sa bahay dahil may sariling susi naman siya.

Dumiretso muna siya sa kaniyang silid upang mag bihis nakaramdam na siya ng pagod pero gusto niya munang kumain dahil nagutom siya sa haba nang kanilang byahe.

Pagkatapos mag bihis nag tungo siya sa kusina upang maghanap ng pwedeng makain. Naka kita siya ng adobo aaminin niyang na miss niya ang adobo ni nanay Martha kaya agad niya itong kinuha at ininit sa microwave.

Pagkatapos mainit ang mga pagkain inilagay niya na ito mesa saka sinimulang lantakan. Napatigil siya dahil may kakaibang lasa ang adobo ni nay Martha mas masarap ito ngayon, mas malinamnam.

Pagkatapos niyang kumain dinala na niya sa lababo ang mga pinggan na ginamit saka sinimulang hugasan, hindi niya naging ugali na iwanan ang mga ginamit na pinggan sa labado.

Nahiga siya sa kaniyang kama hindi pa rin mawala sa isipan niya ang lasa ng adobo, nakatulugan niya na ito kakaisip.

Kinabukasan maaga siyang bumangon dahil magkikita sila ng kapatid na si direck may importante siyang sasabihin sa kapatid tungkol sa fiance nito.

Good morning nay Helen. Bati niya sa matandang kasambahay.

Good morning din hijo, pasensiya ka na hindi na ako nagising kagabi nung dumating ka.

Okay lang po yun. Nay may itatanong lang ho ako.

Ano yun anak?

Ang sarap po ng adobo mo! Ikaw Po ba nagluto nun?

Ahh yun ba, naku hindi ako ang may gawa nun. Naka ngiting sagot ni nay Martha sa binatang amo.

Eh sino po? Naguguluhang tanong niya.

Yung pamangkin ko, Yung sinabi ko sa'yo na papalit sakin.

Oh I see! Eh nasaan po ba yung pamangkin mo?

Nandon sa likod Bahay, inaayos yung mga halaman.

Okay po baka mamaya ko pa siya makausap nay Martha, aalis po kasi ako ngayon.

Sige hijo walang problema. Ingat ka.

Salamat nay. Tumayo na ang binata saka naglakad palabas nang kaniyang bahay.

Abala sa pag lipat ng mga halaman si Lisa ng makarinig siyang may sumusutsot.

Pssst miss? Ani ng isang babae.

Bakit Po? Mabait na tanong niya sa babae sa kaniyang wari ay kasambahay ito sa katabing bahay.

Bagong nanny ni sir pogi? Tanong nito habang naka ngiti na parang kinikilig habang sinasabi ang POGI.

Ah oo.

Naku huwag kana mahiya sakin, ako nga pala si Mila. Pakilala nito sa sarili.

Ako naman si Lisa.

Hi Lisa? Kapag wala kang gawa pasyal tayo minsan.

Sige magpaalam ako sa tiya ko.

Ah tiyahin mo ba si nana Martha?

Oo kapatid ni papa.

Okay. Sige maiwan na kita ha, baka hinahanap na ako ni madam.

Sige. Nawala na sa kaniyang paningin ang babae ng maramdaman niyang nakamasid sa kaniya ang tiyahin kaya agad siyang lumingon kung saan ito nakatayo.

Tiya? Naka ngiti niyang tawag dito seryoso naman ang mukha nito na naka tingin sa kaniya.

Sino yung kausap mo? May bahid ng galit sa boses nito.

Yung katulong po dyan sa kabilang bahay.

Sino si Mila? Hindi pa rin nawawala ang pagka seryoso ng mukha nito.

Opo.

Sa susunod huwag mong kausapin niyang babae na yan.

Sige po tiya, o siya mamaya muna yan ipag patuloy kumain muna tayo. Nauna ng naglakad si tiya Martha kaya sumunod na siya dito, marami siyang katanungan sa kaniyang isipan pero ayaw niya naman itanong sa tiyahin dahil baka magalit lamang ito sa kaniya.

Pagkatapos niyang hugasan ang mga kamay ay tinulugan niya ang tiyahin na mag handa ng kanilang almusal, hindi siya nag sasalita dahil tahimik si tiya Martha.

Tiya gising na po ba si sir? Tanong niya sa tiyahin upang imikan lamang siya nito.

Oo maaga yun nagigising, umalis na pumunta sa kapatid. Sagot nito pero di man lang siya pinag tuunan ng pansin.

Naupo na siya pagkatapos niya mag timpla ng kape, hindi na siya nag salita pa dahil mukhang galit ang kaniyang tiyahin. Naguguluhan siya kung bakit nagalit ang tiyahin.

Pagkatapos nilang mag almusal siya na ang nag presenta na mag hugas ng mga pinagkainan nila.

Tiya ako na Po mag huhugas.

Sige, maglalaba na din ako kasi madami ng maruruming damit si sir Evan.

Sige Po tulungan na lang Po kita mamaya pagkatapos ko Po dito.

Sige pumunta ka na lang sa likod Bahay.

Sige Po tiya.

Habang abala siya sa paghuhugas narinig niyang tumunog ang telepono pinunasan niya muna ang kaniyang basang kamay bago lumapit sa telepono at sinagot.

Hello po magandang Umaga. Magalang na bati niya

Hello? Sagot ng baritonong boses sa kabilang linya.

Sir? Sino po hanap niyo? Magalang na tanong niya sa lalaki.

Can I talk to nay Martha? Sagot nito doon niya lang na realize na baka si sir Evan ang nasa kanilang linya.

Sir saglit lang po tawagin ko lang po. Hindi na niya na hintay na sumagot pa ang binata nataranta na siya agad siyang tumakbo patungo sa likod Bahay.

Tiya?

Bakit?

Tumawag po si sir Evan. Medyo hinihingal na Sabi niya sa tiyahin.

Saan ba tumawag.?

Sa telepono po sa sala.

Okay. Tapusin muna ang ginagawa mo.

Sige po. Bumalik na ulit siya sa kusina upang tapusin ang naiwang trabaho doon.

CHAPTER 4

Dedicated to

Ala una ng madaling araw nakaramdam ng uhaw si Lisa kaya nag pasya siyang pumuntang kusina upang makapag inom ng malamig na tubig. Nakita niyang naka bukas ang ilaw kaya napatanong siya sa sarili kung naisara ba ni tiya Martha ang ilaw sa kusina bago ito natulog. Pero binaliwala niya na yun naglakad na lang siya patungo rito laking gulat niya ng makakita ng malaking bulto sa may labado.

Sino ka? Matapang na tanong niya sa lalaki.

What? Masungit naman na sagot nito sa kaniya.

Huwag mo akong ma what what dyan. Matapang pa rin na sagot niya sa lalaki.

Miss calm down okay. This is my house dapat ikaw ang tinatanong ko nyan sino ka and what are you doing in my house?

Doon niya lang napagtanto na si sir Evan pala ang nasa harapan niya. Napayuko siya sa kahihiyan aalis na sana siya ng kusina ng magsalita ito.

I'm sorry.

Hindi Po sir ako dapat ang mag sorry sainyo. Sorry po.

Sige Kunin muna ang gusto mong Kunin. Saka ito naglakad paalis ng kusina napa buntong-hininga naman ang dalaga dahil sa nangyari. Nakaka hiya yung ginawa niya napakamot na lang siya sa sariling ulo bago kinuha ang kailangan.

Pabalik na siya sa silid nakaramdam siyang may nakamasid sa kaniya pero alam niyang si Evan ang nakamasid binaliwala niya ito nag kunwari siyang hindi niya nararamdaman ang presensiya ng binata.

Mag aalas dos na ng madaling araw pero hindi na siya muling dinalaw ng antok, nag pasya siyang kunin ang cellphone at mag laro doon ng candy crash pampa antok.

Three thirty ng makaramdam siya ng antok, kaya binitawan niya na ang cp at ipinikit ang mata.

Ala sais ng maramdaman niyang bumangon si tiya Martha babangon na sana siya ng mag salita ito.

Mamaya kana bumangon alam kung nahirapan kang maka tulog kagabi. Ani nito sa kaniya.

Hindi na siya sumagot ipinikit niya ulit ang mga mata dahil antok na antok pa siya.

Naabutan niya si nay Martha na nag luluto sa kusina luminga-linga siya dahil hinahanap niya si Lisa ang pamangkin ni nay Martha.

Good morning hijo. Bati niya dito.

Good morning din po nay Martha.

Hijo okay lang ba na ma late si Lisa sa pag gising?

Bakit po may sakit po ba si Lisa?

Wala naman anak, hindi lang naka tulog ng maayos kagabi simula nung bumangon at lumabas ng kwarto. Paliwanag ni nay Martha.

Okay lang po. Natakot ba siya bigla sakin kagabi pero gentle lang naman yung pag sasalita ko kagabi sa kaniya ah.

Anak, papasok ka ba sa opisina?

Opo, kailangan Po ako doon.

Ipaghahanda lang kita ng almusal anak.

Sige po.

Habang kumakain siya ng almusal bigla niyang naalala ang eksena sa nakaraang gabi ng una niyang makita si Lisa ang pamangkin ni nay Martha.

Tiya Martha magandang umaga po pasensiya na po tanghali na ako nagising. Rinig niyang ani Lisa sa tiyahin nito.

Ayos lang yun hija, sige na kumain kana. Sagot naman dito ni nay Martha.

Magandang umaga po sir. Bati nito sa kaniya nginitian niya lang ito, Saka nagpa tuloy sa pagkain ng almusal.

Naiilang na nag timpla ng kape si Lisa, ramdam niyang nakatingin sa kaniya ang amo, naka short pa naman siya kaya lantad na lantad ang kinis ng kaniyang hita. Kaya napag disesyon niyang sa likod bahay na lang siya mag kape habang dinidiligan ang mga halaman na inayos niya doon.

Hija saan ka pupunta?

Sa bahay po, diligan ko lang po mga halaman doon bago ako kumain ng almusal.

Okay ikaw bahala.

Ramdam niyang nakasunod ang mga titig ng amo sa kaniya pero hindi niya pinahalata dito na nararamdaman niyang nakamasid ito.

Pagdating sa likod bahay isang malalim na buntong hininga pinakawalan niya, may kakaibang epekto sa kaniya ang mga titig ni Evan parang may isang enerhiya ang pilit na humihila sa kaniya .

Lisa, tigilan mo nga yan para Kang tanga.kausap niya sa sarili.

Parang nasisiraan na siya ng ulo o baka iba lang ang pakiramdam niya baka masyadong assumera lang siya. Ipinukos na lang niya ang sarili sa pag ta-trabaho para kahit papano mawala sa isipan niya ang kakaibang titig ni Evan sa kaniya.

Naging abala si Lisa sa maghapon hindi na niya ulit naisip ang nang-yari kaninang umaga. Pagkatapos maligo ay bumalik ulit siya sa likod bahay upang doon mag pahinga. Itinali niya kasi ang Nakita niyang duyan doon sa bodega.

Nang hinayang kasi siya sa duyan masisira lang ito nilinisan niya din ang lamesa na kinakalawang na na naka tingga lang din sa bodega.

Nagulat pa si tiya Martha sa itsura ng likod bahay naging maganda raw ito. Natuwa naman siya. Medyo presko din ang simoy ng hangin dito dahil sa tatlong puno ng mangga na malalaki.

Hija, siguradong matutuwa saiyo ang senyor Rodolfo.

Tatay ho ba ni sir Evan?

Oo, mabait yun si senyor, kaya lang naging maiinitin ang ulo simula ng iwan ni senyora Emelia.

Eh saan po pumunta ang senyora?

Sumama sa kalaguyo niya, awang-awa ako nun kay Evan at direck ng iwan ng ina mga bata pa sila nun eh.

Kawawa naman pala sila. Nakaramdam siya ng awa para kay Evan.

Kaya huwag na huwag mong mababanggit ang tungkol sa kaniyang ina. Pagpapaalala ng tiyahin.

Opo tiya. Secret lang Po natin.

Yun ang dahilan kung bakit hindi kumakain ng pritong manok si Evan dahil yun ang paboritong iluto sa kanila ng kanilang ina noong Kasama pa nila ito.

Ahh kaya pala. Napa-tango-tango siya dahil sa nalaman.

Sige maiwan na muna kita dito. May aayusin lang ako sa loob. Paalam ng tiyahin sa kaniya.

Sige po tiya.

Nabalot ng mga katanungan ang dalaga bakit iiwan ni madam Emelia ang mga anak nito at si senyor Rodolfo.? Hindi kaya sinasaktan ito ng asawa kaya mas pinili na lang na umalis at magpakalayo-layo? O baka may iba itong mahal? Pero bakit ba siya nangingi-alam sa problema ng pamilya zaragosa kaya siya nandito sa maynila upang maghanap buhay para makatulog sa pamilya niya hindi yung nangingi alam siya

ng may buhay na may buhay.

CHAPTER 5

Isang buwan ng naninilbihan ang dalaga kay Evan. Simula ng umalis si nay Martha lagi na lang mag isa si Lisa sa bahay nang binatang amo lagi itong nakaka-ramdam ng lungkot dahil sa pag iisa.

Laging maaga kung umalis ang binatang lalaki hindi niya na ito nasisilayan sa umaga sa gabi naman tulog na siya kapag umuuwi ito.

Isang hapon habang abala siya sa pag didilig ng mga tanim niyang halaman at mga gulay ay narinig niyang tinatawag siya ni Mila.

Psst? Beh?

Bakit?. Tanong niya dito

Gusto mong sumama saamin bukas?

Saan naman?.

Sa mall.

Subukan ko muna magpaalam sa boss ko.

Sige. Saka ito naglakad palayo sa bakod na namamagitan sa bahay nang kanilang mga amo.

Pinagpatuloy niya na lang ang pagdidilig, susubukan niyang mag iwan ng note sa labas ng kwarto ni Evan.

Tanghali ng magising si Lisa mula sa pagkaka-tulog sa duyan, nakaramdam na din siya ng gutom mabuti na lang madami ang niluto niya kaninang Umaga.

Habang inaayos niya ang pananghalian narinig niyang tumunog ang kaniyang cellphone nakita niyang tinatawag si tiya Martha.

Hello po tiya. Agad niya bungad niya sa tiyahin pagkasagot ng tawag.

Kamusta hija?

Maayos naman Po ako dito. Medyo nalulungkot na sagot niya.

Sigurado ka? Halata sa boses mo na malungkot ka.

Hindi ko lang po maiwasan na hindi malungkot tiya.

Naku masasanay ka din dyan. Pa minsan-minsan magpaalam ka kay Evan na lalabas ka.

Opo subukan ko nga ho magpaalam lagi ho kasing wala dito si sir ehh.

Lagi kasi yun busy sa trabaho. Basta Yung mga bilin mo sa'yo.

Opo tiya hindi ko po nakakalimutan.

Mabuti naman kung ganon, Basta kapag may problema tumawag ka lang saakin hah.

Opo tiya.

Okay mag iingat ka dyan, ibaba ko na tong tawag. Paalam nito.

Pagkababa ng tawag ay kumain na siya dahil maglalaba pa siya ng ilang damit ng binata.

Alas kwatro na natapos maglaba si Lisa dumiretso siya sa kusina upang mag timpla ng kape saka mag toast ng tinapay.

Beef steak na lang kaya lutuin ko. Kausap niya sa sarili.

Bandang alas dos ng madaling araw nakarinig ng tugtog mula sa piano si Lisa kaya agad siyang lumabas ng kaniyang silid nakita niya si Evan.

Do you remember, when we we're youngYou were always with your friends?Wanted to grab your hand and run away from themI knew that it was time to tellYou how I feelSo, I made a move, I took your handMy heart was beating loud likeI've never felt beforeYou were smiling at me like you wanted moreI think you're the one I've never seen before

I want you to know, I love you the mostI'll always be there right by your side'cause, baby you're always in my mindJust give me your forever (give me your forever)I want you to know that you'll be the oneAnd I'll be the guy who'll be on his kneesTo say I love you and I need you And say I'd die for you (just give you forever)

Naririnig niya rin ang mahinang pag kanta ng binata parang humi-hikbi rin ito gusto niya itong lapitan at yakapin pero nahihiya siya baka mag sungit ito.

Bumalik na lang siya sa kaniyang silid habang naka higa siya iniisip niya ang awiting tinutugtog ni Evan mukhang may malalim itong sugat na hindi pa rin mahilom-hilom. Gusto niya itong tulungan upang mag hilom na ang sugat pero hindi siya makalapit dito dahil natatakot siyang mag sungit ito at mawalan siya ng trabaho.

Nakatulugan na niya ang pag iisip kung paano niya tutulungan ang binatang amo upang mag hilom ang sugat nito. Pag gising niya kinabukasan wala na ulit ang amo pero nakita niyang may bagong pinag hugasang pinggan kaya naisip niyang kinain nito ang luto niya kagabi. Napa ngiti siya dahil kinain nito ang beefsteaks na luto niya bigla naman kumontra ang kabila niyang utak.

Para Kang tanga Lisa natural nakakainin niya yan dahil nagutom siya saka trabaho mo naman talaga na ipagluto siya, Diba??

Eh bakit ba nangingi-alam ka eh, kinikilig itong si Lisa nagdadalaga na eh..kontra Ng utak niyang suportado siya.

Bahala kayo sa buhay niyo, kapag umiiyak ka dahil dyan sa kalandian mo Lisa bahala ka. Ani parin ng kontrabida niyang utak ayaw magpa talo.

Iniling-ilibg niya ang ulo saka napag pasyahang mag timpla na lang ng kape dahil nababaliw na siya kinakausap niya na naman ang sarili.

Habang nag luluto ng almusal naisipan niyang nag soundtrip sumasayaw sayaw pa siya sinasabayan niya din ang awitin.

Inihanda na niya ang nilutong siningag, pritong daing at pusit nag timpla ulit siya ng kape dahil bagay ito sa kaniyang nilutong almusal. Masaya siyang kumain ng almusal kahit na mag Isa lang siya nasasanay na din siya na laging mag Isa sa bahay ng amo.

Pagkatapos kumain at maghugas ng mga pinagkainan ay nag tungo siya sa likod Bahay upang diligan ang mga halaman at gulay doon na tanim niya.

Nakita niya si mila na nakasilip sa bakod ngumiti siya dito pero nag sungit lang ito inirapan pa siya nag kibit-balikat na lamang siya sa reaksiyon ng babae.

Pagkatapos mag dilig sa likod bahay ay sa loob naman siya nag linis sinimulan niya sa taas, pawis na pawis na siya sa paglilinis pero natutuwa siya kasi kahit papano nakakapag pawis siya kahit na nandito na siya sa maynila. Mas gusto niya ang pinagpapawisan siya dahil lumalakas ang kaniyang pangangatawan.

Mabuti na lamang at mag Isa lang siya sa bahay kaya hindi siya masyadong nahihiya kahit na naliligo na siya sa pawis.

CHAPTER 6

Maagang nagising si Evan hindi upang pumasok sa opisina kundi kumain ng almusal bigla siyang nagutom.

Hindi siya papasok ngayon sa opisina dahil masama ang kaniyang pakiramdam gusto niya muna mag pahinga dahil isang buwan siyang babad sa trabaho.

Alam niyang nagising si Lisa kagabi dahil sa pagtugtog niya ng piano. Bakit ba kasi biglang pumasok sa kaniyang pananginip ang nangyari sa kaniya at sa babaeng minamahal.

Limang taon na ang lumipas pero palagi pa rin itong dumadalaw sa kaniyang pananginip gusto niya na itong ibaon sa hukay pero hindi pala yun ganon kadaling gawin.

Pagkatapos mag almusal agad siyang bumalik sa kaniyang silid upang mag basa ng mga aklat patungkol sa business.

Narinig niyang tumunog ang kaniyang cellphone nakita niyang tumatawag ang kaniyang ama.

Hello dad. Aniya sa ama.

When are you going to visit me here anak?

Tomorrow dad.

Okay, I'll wait for you son.

Okay dad. Uminom ka na ba ng gamot mo?

Tapos na anak.

Mabuti dad,

Anak? Hindi na ba dumadalaw sa pananginip mo ang mga nakaraan mo? Seryosong tanong sa kaniya ng ama.

Isang malalim na buntong -hininga ang pinakawalan niya bago sumagot sa ama. Kagabi dad dumadalaw ulit.

Narinig niya ang buntong-hininga ng ama kahit ito ay apektado sa nakaraan niya na ayaw maiwan sa nakaraan dahil hanggang sa kasalukuyan ay dala-dala niya pa rin gustong-gusto niya na itong kalimutan.

Dad okay lang po ako, huwag na po kayo mag-alala sakin.

Are you sure son?

Yes dad. I need to end this call tumatawag secretary ko. Paalam niya sa ama.

Pero ang totoo hindi naman tumatawag ang kaniyang sekretarya gusto niya lang maka-iwas sa mga tanong ng ama.

Dumungaw siya sa bintana ng kaniyang silid natanaw niya si Lisa na abala sa pagdidilig ng mga tanim nito sa likod bahay humanga siya sa dalaga dahil sa sipag nitong taglay. Bukod sa maganda na ito may talent din ang mga kamay sa pagtatanim. Napaka swerte ng mapapangasawa nito.

Ramdam ni Lisa na may nakatingin sa kaniya pero binaliwala niya ito ayaw niyang umalis sa likod bahay ng hindi pa tapos ang ginagawa alam niya din na hindi pumasok sa trabaho ang binata dahil nasilip niya kanina sa garage ang kotse nito. Baka may sakit ito ipagluluto niya na lang ito ng bulalo para may sabaw.

Naligo muna siya bago nagluto ng tanghalian dahil pawis na pawis siya sa pagdidilig at paglilinis ng bahay. Inihahanda niya na ang mga sangkap ng lulutuin ng marinig niya ang mga yabang na papalapit sa kaniya.

Anong lulutuin mo?

B-bulalo po sir. Pero hindi niya ito tinapunan ng tingin.

Okay, call me if your done cooking.

Opo sir.

Naglakad na ito palapit sa ref at kumuha ng malamig na tubig pasimpleng siyang napalunok.

Stop staring me like that Lisa, I'm not comfortable. Mahinahon na Ani nito sa dalaga.

Napaiwas na lang ng tingin ang dalaga pasimpleng sinabunutan ang sarili dahil sa ginawang kahihiyan.

Hiniwa na lang niya ang mga gulay na ilalagay sa lulutuin bago hinugasan narinig niya na din ang yabag papalayo sa kusina nakahinga siya ng maluwag dahil umalis na ang binata.

Habang inaantay niyang kumulo ulit ang niluluto ay narinig niya na tumunog ang kaniyang cellphone.

Unregistered number.

Hi can I know you're name??

Hindi niya pinansin ang mensahe inilapag niya ulit ang cellphone saka pinatay ang apod dahil kumulo na ang niluluto. Nag handa narin siya sa lamesa bago tinawag ang amo upang kumain.

Sabay na silang kumain ng amo dahil hindi ito pumayag na hindi siya kasabay ayun dito sinasabayan daw ito ng kaniyang tiyahin sa pagkain ng lunch at dinner kapag walang pasok sa opisina kailangan niya na daw sanayin ang sarili.

Lisa? Can I ask you so something?

Ano po yun sir??

Do you have boyfriend?

Ahm... w..wala ho. Kinakabahan na sagot niya hindi niya inaasahan na tatanungin siya nito ng ganon.

I'm sorry.

Okay lang po.

Napansin ko sa'yo mahilig ka sa mga halaman at magtanim ng mga gulay.

Opo isa po kasi yun sa kinalakihan kong trabaho saamin.

O I see, Tama yang ginawa mo makakatipid na tayo sa mga vegetables di na natin kailangan pang pumuntang palengke.

Kaya ho, Saka sarili pa po eh. Medyo nagiging kampante na siya sa presensiya ng lalaki..

Yeah you're right. How old are you by the way??

Twenty-four po sir.

Bata kapa pala. Nakapag tapos ka ba ng college?

Hindi po eh, hindi ko na po pinagpatuloy yung pag aaral ko dahil alam ko naman pong hindi kaya nang parents ko pag aralin ako.. malungkot na paliwanag niya sa lalaki

If you want to go back in school tell me, I'll help you para naman makapag tapos ka.

Naku sir nakaka hiya po..

Don't be total bata ka pa sayang din saka wala naman masyadong ginagawa dito sa bahay eh, maboboring ka lang dito.

Ahm pag isipan ko po sir.

Sige sabihin mo saakin kapag nakapag desisyon kana. Tumayo na ito Saka dinala sa lababo ang pinagkainan. Agad niya naman itong pinigilan ng makitang huhugasan na sana nito ang mga pinggan.

Naku sir ako na ho mag huhugas dyan.

Thank you.

Naglakad na ito pabalik sa silid napa-buntong-hininga naman siya naguguluhan sa ini-offer nang binata sa kaniya.

CHAPTER 7

Kinabukasan umuwi sa lumang mansyon si Evan upang bisitahin ang ama. Tinawagan niya si Direck na umuwi din ito upang makasama niya ang kaniyang mga pamangkin.

Hello? Bro

Hello napatawag ka??? Tanong ni Direck sa kaniya.

Uuwi ba kayo sa bahay?? Tanong niya sa kapatid gusto niya din kasi makasama ang mga pamangkin...

Oo on the way na kami. Sagot ng kapatid.

Kasama mo ba ang mga bata? Tanong niya sa kapatid..

Oo namimiss na daw nila ang daddy.

Hi tito Evan. Bati sa kaniya ni Matthew.

Hello my little prince. Balik bati niya dito.

See you later Tito.

See you later at maglaro tayo ng basketball.

Sure Tito.

Ibinaba na niya ang tawag mabuti na lamang at hindi traffic ng araw na iyo, maaga siyang nakarating sa baliuag. Naabutan niya ang kaniyang ama na nagpapainit sa harden kasama ang personal nurse nito.

Dad? Tawag niya sa ama.

Evan mabuti naman pumunta ka. Sabi ng kaniyang ama.

Opo namimiss ko na din dito at gusto ko din kayo bisitahin ng personal.

Rose iwanan mo muna kami. Anito sa nurse na agad naman tumango saka naglakad palayo sa kanila.

Kamusta kayo dad???

Maayos naman ako, naaalagaan ako ng maayos ni Rose.

Mabuti naman po kung ganon dad, pupunta din pala dito ang mag-anak ni Direck.

Mabuti naman ng makasama ko na ulit mga apo ko, namimiss ko na ang mga Yun.

Ayaw mo kasi pumuntang manila ng maka-gala-gala ka naman hindi yung puro ka lang dito sa bahay.

Mas sanay ako dito saatin anak, Saka nahihirapan na din ako sa byahe. Paliwanag naman nito sa anak.

Dumating na ang mag-anak ni Direck tuwang-tuwa ang mga bata ng makita ang lolo nang mga ito.

Lolo I miss you po. Sabay na aniya nang dalawang bata.

I miss you both mga apo. Sagot ng Lolo Ng mga Bata.

Lolo nandyan pa po ba yung mga fish na alaga po natin? Tanong ni amora.

Oo malalaki na nga sila apo eh.. halika puntahan natin. Aya nito sa apo.

Naiwan naman ang magkapatid sa garden. Kaya nagkamustahan muna ang mga ito.

Tol kamusta? Tanong ni Direck sa kapatid.

Maayos naman kahit sobrang nakaka-stress sa trabaho. Kayo kamusta? Sagot niya dito.

Maayos naman kami, ayun magiging tatlo na pamangkin mo pero ikaw wala pa kahit isa. Pang aasar sa kaniya ni Direck.

Shut up! Wala sa plano ko ngayon ang magkaroon nang mga anak. Naiinis na sagot niya sa kapatid.

Kalmahan mo lang bro, nagagalit ka agad eh. Natatawang aniya nang kapatid sa kaniya.

Ewan ko sa'yo dyan kana nga. Naglakad na ito palayo sa kapatid nakasalubong nito si Thea.

Kuya how are you??. Tanong nito

Maayos naman, kamusta ang pag bubuntis mo?

Ito medyo nahihirapan sabi kasi nang OB-GYN ko maselan ako mag buntis ngayon.

Ganon ba?? Mag doble ingat ka excited na ako makita ang ikatlo kong pamangkin.

Oo kuya, nasa likod bahay pala si matt. Sabi ni thea.

Sige puntahan ko na lang si matt. Mag pahinga kana muna. Naglakad na patungo sa likod bahay si Evan.

Naabutan niya doon si matt na naglalaro mag isa, pawis na din ito hinubad niya ang suot na t-shirt saka naglakad palapit dito.

Let's play little kiddo. Aniya sa pamangkin.

Sure Tito.

What if? I'm win, what is my prize? Tanong niya sa pamangkin.

Ahmm if you're win Tito, I will cook for you. Sagot nito naka ngiti.

Oww really? So magaling ka magluto. Aniya sa pamangkin.

Opo, daddy's teach me how to cook. Proud na sagot nito, totoong magaling sa kusina ang bunsong kapatid na kabaligtaran niya marunong lang siya mag luto pero hindi kasing galing ni Direck.

Ano Tito? Payag ka po? Tanong nito kaya bigla siyang napalingon dito sabay titig.

O-oo payag ako.

Okay Tito.. let's start.

Nag dribble na ito palapit sa ring sabay shot ng bola. Lumipas ang thirty minutes pareho ng pawisan ang dalawa pero ayaw pa din magsi-tigil dahil parehas ayaw magpatalo sa laro, ayaw din sumuko kahit kita na ang pagod sa kanilang mga mukha.

Tinawag ni Direck ang anak, kaya nakalusot ang tiyuhin nakapag three points ito na ikina inis ni Matthew.

I'm won.. sigaw ni Evan.

Will congrats Tito, si daddy kasi tawag tawag pa eh natalo tuloy ako. Naka simangot na Saad ni Matthew sa ama.

So kasalanan ko pa? Tanong naman Ng anak sa anak.

Opo hindi sana makakalusot si Tito eh.

Ano bang premyo? Tanong ni Direck sa anak.

Ipagluluto ko siya.

Yun lang pala eh, iluto mo sa kaniya ang paborito mong niluluto. Sagot ng kaniyang ama .

Sige po dad, papahinga lang ako Tito maiwan po kita. Naglakad na ito palayo sa magkapatid.

Binata na talaga ang anak ko, ayaw na talaga na natatalo sa larangan ng kaniyang paboritong sport. Anito sa kapatid.

Halata nga na ayaw niya natatalo sa basketball. Bakit kasi tinawag mo Nakita muna na naglalaro kami.Sagot naman ni Evan sa kapatid.

So kasalanan ko at natalo ang anak ko? Naka ngisi na tanong ni Direck.

Oo, mabuti pa mag laro na lang tayo kapag nanalo ka hindi na ako magpapaluto sa anak mo. Hamon niya sa kapatid.

Sige Ang tanong malakas pa ba yang tuhod mo? Mukhang taon na Ang lumipas na wala ka ng laban... Nang aasar na tanong ni Direck sa kapatid

Tingnan natin. Medyo naaasar sagot ni Evan sa kapatid.

Naghubad na ng damit si Direck nagsimula na ang magkapatid mag laro,   sa unang bakbakan ng magkapatid talo si Evan pangisi-ngisi naman si Direck naaasar naman si Evan. Sa inaasta ng kapatid.

Relax bro, laro lang ito.

I know. Tipid niya sagot niya alam niyang varsity si Direck Nung college ito kaya alam niyang hindi siya mananalo dito sa larong ito. Hindi niya talaga hilig ang larong ito pampalipas Oras niya lang ito dahil papano marunong naman siya dahil tinuruan sila ng kanilang ama noong mga Bata pa sila.

CHaPTer 8

Dalawang araw na nag stay si Evan sa bahay ng kaniyang ama. Pabalik na siya ng manila dahil plano niya ng bumalik sa trabaho.

Habang nasa daan siya ng nakita niyang tumatawag si mark ang kapitbahay niya napa isip siya bigla kung bakit ito tumatawag sa kaniya ng ganong Oras.

Hello bro?. Bungad niya sa kaibigan.

Bro where are you? Tanong nito sa kaniya.

I'm on the way to BGC why? Naguguluhan siya sa inaasta ng kaibigan.

Kaya pala wala ka kagabi pag punta ko sa bahay mo, ang nandoon yung isang magandang dilag. Ramdam niyang naka ngiti ng nakakaloko ang kaibigan niya.

Nakaramdam siya ng inis sa kaibigan, hindi niya alam kung bakit siya naiinis dito?.

Bro are you still there? Tanong nito dahil hindi siya sumagot.

Yeah. Ano bang meron kagabi?

Wala inuman lang, inaaya ko nga yung bago mong helper ayaw naman sumama sakin. Sabi nito masyado akong nacha-challenge sa kaniya anito na lalong niyang ikina-inis.

I know what you mean bro. Sabi niyang naiinis.

Wait, wait are you mad bro?

Of course not, why can I mad? Defensive na sagot niya sa kaibigan.

Iwan ko sa'yo, ah okay alam ko na may gusto ka sa bago mong helper. Sabi pa nito sa kaniya.

Wala. Binaba na niya ang tawag dahil Lalo siyang naiinis totoo ba ang sinasabi nito na may gusto siya Kay Lisa pero impossible na magka gusto siya sa babae dahil hindi niya pa ito lubusang kilala. Mas Lalo siyang naguluhan sa nangyayari pero mas nag-focus siya sa pagmamaneho kaysa isipin ang nga bagay na hindi naman dapat.

Bandang alas onse ng gabi nakarinig ng doorbell si Lisa sumilip siya sa terrace hindi niya kilala ang lalaking nakatayo sa harap ng mababang gate ng bahay ni Evan.

Sir? Ano pong kailangan niyo? Magalang niyang tanong sa lalaki.

I'm looking for Mr Evan. Sagot nito medyo na bubulol na din.

Naku wala ho dito si sir Evan umalis po nung isang gabi pa. Sagot niya ulit sa lalaki.

Ganon ba come here please join us. Sabi nito na agad naman tinangihan ng dalaga dahil unang una hindi niya kilala ang lalaki, pangalawa hindi naman siya umiinom ng alak.

Sorry sir pero hindi po pwede. Magalang niyang sagot.

Okay. Paki Sabi kay Evan na pumunta ako dito. Naglakad na ito palayo sa gate habang sumusuray-suray pa. Pumasok na din sa loob si Lisa nilock ulit ang sliding door. Hindi na siya ulit dinalaw ng antok nag scroll na lang siya sa kaniyang fb account.

Alas kwatro bumangon na si Lisa nag handa na siya ng almusal sa araw na iyo habang nag titimpla siya ng kape narinig niyang may tumigil na sasakyan sa garahe.

Habang abala siya sa pagkain ng almusal nakarinig siyang papalapit na yabag.

Good morning Lisa ang aga mo yata. Bati ni Evan sa dalaga pagka pasok nito sa kusina.

Good morning sir opo hindi na po kasi ako nakatulog simula nung may lalaking naghahanap sa'yo. Sagot nito pero nakatitig sa tinapay na kinakain.

Naging masama ang timpla ni Evan totoo ngang pumunta ang kaibigan kagabi dito sa bahay niya.

Nilabas mo? Matapang na tanong niya.

Hindi po sir, sinilip ko lang ho sa terrace kagabi. Sagot nito.

Okay.

Sir ano pong almusal gusto niyo.? Tanong ni Lisa sa amo.

Katulad ng sa'yo. simpleng sagot ng binata.

Okay po kape sir gusto niyo ba?

Sige please. Naupo ang binata sa kaharap ni Lisa.

Ipinatong ni Lisa ang baso ng kape sa harapan ni Evan ngumiti ito sa kaniya bilang papasalamat.

Masarap ka pala mag timpla ng kape. Aniya sa dalaga habang naka titig dito.

Salamat sir. Nahihiyang sagot ni Lisa sa binatang amo.

Lisa can you please call me in my first name. Nakiki usap ang tinig nito.

Pero amo ko ho kayo nakaka hiya naman ho na tawagin kita sa pangalan niyo lang. Sagot naman ng dalaga.

Pwede mo akong tawaging sir kapag madaming tao, pero kapag tayong dalawa lang Evan na lang itawag mo sakin. Nag susumamo ang tinig nito.

Isang tango ang sinagot ni Lisa na agad ikina ngiti ng binata hindi nito mapigilan ang kiligin. Gusto niyang bakuran ang dalaga kahit na walang sila. Alam niyang nqguguluhan ang babae pero wala na siyang paki alam doon.

Pagkatapos mag almusal umakyat na si Evan sa kaniyang silid naligo nag hahanda na para sa pagpasok sa trabaho pakanta- kanta pa siya habang naliligo hindi niya maipaliwanag ang tuwang nararamdaman ngayong araw para siyang binatilyo na pinansin nh kaniyang crush.

Pagkatapos maligo isinuot na niya ang kaniyang uniform saka sinuklay ang kaniyang buhok hindi mawala ang kaniyang ngiti sa mga labi. Habang pababa siya ng hagdan naka ngiti pa rin siya. Hindi niya nakita si Lisa sa sala siguro nasa likod bahay ito dinidiligan ang mga tanim na gulay.

Hindi na siya nag abala na pumunta sa likod-bahay sumakay na siya sa kaniyang kotse pinaharurot na ito palayo sa kaniyang bahay.

Na we-weirdohan siya sa amo bakit bigla ito naging mabait sa kaniya pero hinayaan niya na lang kaysa naman na maging masungit ito sa kaniya. Inabala niya ang sarili sa pagdidilig ng mga tanim niya natutuwa siya dahil magagandang lumalaki ang mga tanim niya. Narinig niyang umalis na sa bahay ang amo.

Pagkatapos mag dilig nagsimula na siyang maglinis sa loob ng bahay pakanta-kanta pa siya, pawisan na siya pero ganado pa siya sa pag trabaho dahil nakaka-ramdam siya ng lakas.

Pagdating ni Evan sa trabaho naka ngiti siyang naupo sa kaniyang swivel chair. Nakarinig siya ng tatlong katok sa likod ng kaniyang pintuan.

Pasok. aniya.

Good morning sir. Bati ng kaniyang kalihim.

Good morning Ashley. Naka ngiti siya ng binati ito.

Sir Mr Lorenzo Lopez,he's looking for you. Aniya ng kaniyang kalihim.

Papasukin mo na lang siya dito sa office ko. Sagot niya naka ngiti pa rin ramdam niyang nagtataka ang kaniyang kalihim pero wala na siyang paki alam doon.

Narinig niya ang pagsarado ng pintuan ng kaniyang opisina, ipinukos niya ang pagbabasa sa mga papeles na nasa harapan niya.

Hey dude? Huwag masyadong mag focus sa trabaho. Ani Lorenzo.

Hindi ba uso sa'yo ang kumatok dude. Sabi niya pero naka ngiti siya habang pailing-iling alam niya ang ugali ni Lorenzo hindi uso dito ang kumakatok kapag kaibigan ang nasa loob ng isang silid.

Prente itong naupo sa harapan niya. Hindi uso sakin yan dude. Mayabang na sagot nito.

I know that, anyway what are you doing here? Seryoso na ang mukha niya hindi ito tutungo sa kaniyang opisina kung wala itong kailangan sa kaniya.

I just want to visit you. Naka ngiti ito ng nakakaloko.

Huwag ako Lopez. Sagot niya hindi naniniwala sa palusot ng kaibigan.

I need your help dude. Seryoso na ang boses nito napatayo siya dahil sa sinabi nito.

What kind of help? What do you want me to do dude? Tanong niya.

Can you please find her?

Find? Who? Naguguluhan na tanong niya sa kaibigan.

My fiancee. Maluha-luha na ito.

Why? What happened? Naguguluhan siya dahil ilang buwan na lang ay ikakasal na ito sa long term girlfriend nito.

Tuluyan ng naluha si Lorenzo nag kwento na ito kung bakit nawawala si Diana ang fiance nito, Hindi niya mailugar ang sarili sa dalawa oo kaibigan niya si Lorenzo pero mali din ang ginawa nito.

Dude kalma ka lang, gagawa tayo ng paraan para mahanap siya sa lalong madaling panahon. Pagpapapagaan niya sa kalooban ng kaibigan.

Salamat dude.

Tinawagan niya lahat ng contact niya ipinaliwanag niya dito ang mga detalye na gusto niyang makuha. Gusto niya bago mag pasko may maibalita na sa kaniya two weeks na lang ay pasko na pero wala siyang narinig na reklamo sa mga taong naka usap niya. Malaki ang tiwala niya sa mga ito na may makukuhang impormasyon bago dumating ang pasko.

CHAPTER 9

Abala sa pag luluto ng hapunan si Lisa ng marinig niya ang kotse ng binatang amo. Narinig nya na may kasama ang binata.

Lisa? Tawag nito sa kaniya.

Sir? Naka ngiting aniya sa binata.

Ipag timpla mo nga ng kape ang bisita ko at ng makakain, salamat. Tumalikod na ito.

Mabuti na lamang at nag luto siya ng meryenda, sana kumakain ng maja blanca ang kaibigan ng kaniyang amo.

Hininaan niya ang apoy naglakad patungo sa sala para ibigay sa bisita ng kaniyang amo ang meryenda.

Sir meryenda muna po kayo.

Ay thank you nag abala kapa.

Sige ho maiwan ko muna ho kayo. Naglakad na siya pabalik sa kusina dahil baka masunog ang niluluto niya.

Lisa? Thank you for the coffee. Sabi ni evan sa kaniya isang ngiti lang ang isinagot niya dito.

Ano bang niluluto mo? Lumapit ito sa kalan.

Beef broccoli sir. Simpleng sagot niya sa binata.

Mukhang masarap ah. Amoy pa lang nakaka busog na.

Naku hindi naman ho.

Dito na kami kakain ni lorenzo. Sabi nito iniwan naman siya sa kusina naglakad na pabalik sa sala kung saan naka upo ang kaibigan.

Napapa ngiti naman siya sa mga simpleng papuri sa kaniya ni evan hindi niya mawari kung kinikilig ba siya o natutuwa lang siya dahil mabait na sa kaniya ang amo.

Ini-handa na niya ang mesa para makakain na ng dinner ang magkaibigan, inilagay na niya sa magandang mangkok ang ulam maging ang kanin, naglagay na din siya ng dalawang pinggan.

Pagkatapos niyang ayusin ang lamesa nag tungo siya sa sala upang kunin ang mga baso, wala na pala doon ang dalawang binata siguro ay nag tungo muna sa mini bar ng amo o kaya sa library nito baka may mahalagang pag uusapan.

Habang abala siya sa paghuhugas narinig niya na tumunog ang kaniyang cellphone may tumawatawag pero numero lamang kaya hindi na niya pinagkaabalahan na sagutin.

Dinala ni evan ang kaibigan sa library niya doon niya gustong pag usapan ang tungkol sa pagkawala ng fiancee nito.

Dude sigurado ka ba talaga na wala kang idea kung saan pupunta si diana? Tanong niya sa kaibigan pagka upo nito sa single couch.

Wala dude eh... Sagot nito.

Sige tawagan na lang kita bukas kapag may nag report na sakin. Sagot niya sa kaibigan.

Salamat dude sana hindi ito makalabas, atin-atin muna ito.

Oo naman dude maasahan mo ako dyan.

Pano bukas na lang balitaan mo ako. Sabi ni lorenze sa kaniya.

Sabayan mo muna ako mag dinner nag luto si lisa ng masarap na ulam. Aya niya sa kaibigan.

Sige, grasya yan eh bakit ko tatanggihan? Anito naman na naka ngiti na.

Nauna na siyang nag lakad palabas ng library, nag tungo sila sa kusina wala doon si lisa pero naka handa na ang pagkain.

Maupo ka dude kumain tayo. Alok niya sa kaibigan dahil nakatulala ito sa pagkaing naka hain sa lamesa.

Sorry may naalala lang ako sa beef broccoli. Sabi nito.

Paborito yan ni diana noh..

Oo, lalo na kapag luto ko. Malungkot nitong tugon.

Hayaan mo at mahahanap din natin siya. Pagpapagaan niya sa sa-loobin ng kaibigan.

Naupo na ito sa kaharap niya saka mag sandok ng kanin at ulam.

Hmmm infairnes masarap magluto si lisa. Komento ni lorenze.

I told you. Pag yayabang niya sa kaibigan.

Naiiling na sumubo ulit si lorenze, napadami ang kain ng magkaibi-gan muntik pang maubusan ng ulam at kanin si lisa.

Dude thank you sa early dinner, nabusog ako ng sobra.

Wala yun, dalaw ka dito minsan. Sagot ni evan sa kaibigan.

Sige dude. Mauna na ako sayo.paalam nito kay evan pasabi sa helper mo na salamat sa pagkain.

Sige makakarating.

Sumakay na ng kotse si lorenze kumaway naman si evan sa kaibigan ng wala na ito sa paningin niya saka niya lang isinara ang gate.

Lisa? Mamaya kana mag hugas mag dinner kana muna. Aniya sa dalaga na abala na sa paghuhugas ng pinagkainan nila.

Mamaya na ho sir. Sagot nito pero abala pa din sa pag huhugas ng mga pinggan hindi na lamang siya nangulit nag lakad na lang siya patungo sa kaniyang library.

CHAPTER 10

Araw ng pag eenroll ni lisa kaya maaga siyang gumayak para mauna siya sa pila.

Good morning lisa. Bati ni evan sa kaniya

Good morning din sir, almusal na kayo.

Ikaw din kumain kana, goodluck sayo mamaya.

Salamat po.

Pagkatapos mag almusal nauna ng umalis si lisa sa bahay na pinag tatrabahuhan niya dahil baka pagdating niya doon ah mahaba na ang pila.

Pagdating niya sa university medyo mahaba na ang pila.

Miss are you newbie here?. Tanong ng babaeng nasa harapan niya.

Oo eh kaya medyo kinakabahan. Sagot niya.

Don't be, I'm trisha and you are?

Lisa. Inabot niya ang kamay nito.

I'm glad to meet you here. Sagot nito.

Ako din, baguhan ka din ba dito?

Hmmm to be honest NOT my kuya graduated here. Lagi ako napunta dito before and BS BUSINESS MANAGEMENT din kinuha niya. Mahabang kwento nito tama ang hinala niyang madaldal ang babae.

Mabuti kapa familiar na sa lugar.

Ano ka ba? i'm here para maging tour guide mo. Sagot nito.

Ang ibig mong sabihin magkaibigan na tayo. Nagagalak na tanong niya sa dalaga.

Of course. Hinampas siya sa balikat ng dalaga.

Ngumiti na lang siya, medyo nasaktan siya sa paghampas ng dalaga.

Makalipas ang apat na oras tapos na sitang makapag enrolled inantay pala siya si trisha, inaya siya nito gumala sa campus ng makaramadam ng gutom inaya niya itong kumain muna, binigyan naman siya ni evan ng pera para daw may pang gastos siya.

You know, you're so beautiful like me. Anito

Salamat pero mas maganda ka. Sagot niya naman dito.

Parehas lang tayo, laking manila ka ba talaga? Tanong nito sa kaniya.

Hindi eh, pumunta lang ako dito para mag trabaho tapos mabait yung amo ko pinag aral ako. Kwento niya naman.

Oww hindi ba sad na hindi mo kasama family mo?

Syempre nakaka lungkot pero kailangan magtiis eh. Nalulungkot na siya dahil namimiss niya na naman ang mga magulang at mga kapatid.

Hey don't cry here baka isipin nila inaaway kita. Nangingiti na ito pero makikita sa mga mata na naaawa sa kaniya.

Uy huwag mo akong kaawaan. Sabi niya.

What? I'm sorry but i didn't feel that. Sagot nito umirap pa.

Sus kunwari pa eh, kitang-kita naman sa mata mo be. Sagot niya hindi siya manhid para hindi makita sa mga mata nito na naaawa sa kaniya.

Inaya siya ni trisha na gumala sa mall ayun dito malapit lang daw ang mall sa university, tinawagan nito ang driver. Habang sakay sila ng kotse nito narinig niya tumunog ang cellphone nito.

Yes kuya. Sagot nito tahimik naman niyang pinagmamasdan ang kapaligiran.

Where the hell are you? Galing ako sa school niyo wala kana daw dun.

Ito naman si kuya, hindi naman ako aalis ng bansa nandito pa din ako sa pilipinas. Igagala ko lang bago kong kaibigan sa mall saka hindi pa ito ang unang araw ko sa kolehiyo. Mahaba nitong sagot.

Kahit na, saang mall yan?. Ma awtoridad na sagot ng lalaki sa kabilang phone.

Sinabi ni trisha kung saang mall sila pupunta ni lisa. Naka simangot na ito pagkababa ng phone.

Okay ka lang? Tanong niya.

Yeah. Naiinis lang ako. Naka simangot pa din to.

Ma'am nandito na po tayo. Anunsiyo ng driver ni trisha.

Okay thank you manong, tawagan kita kapag pauwi na kami.

Sumunod siya sa babae, pinag titinginan ito ng mga tao pero walang paki alam si trisha mukhang sanay na sanay na, hindi siya masyadong lumalapit sa babae.

Hey bakit ayaw mong lumapit sakin? Hinawakan siya nito sa braso.

Eh kasi ano.... Hindi niya malaman kung ano ang isasagot sa dalaga.

Don't mind them, sanay na ako sa kanila. Sagot nito.

Eh ikaw sanay na ako hindi eh. Baka isipin nila na pera lang habol ko sayo. Sagot niya naman.

Tumawa ang dalaga dahil sa sinabi niya, hinampas siya sa braso ng babae.

Huwag mo silang intindihin. sabi nito masasanay ka din kapag lagi muna akong kasama.

Trish? Huwag ka magalit hah ang pinunta ko dito mag trabaho at mag aral. Paliwanag niya sa bagong kaibigan.

Ito naman, paminsan-minsan gumala ka din huwag laging trabaho at pag aaral. Sagot nito dinala siya sa isang bilihan ng mga mamahaling mga damit.

Anong gagawin natin dito? Naguguluhan na tanong niya.

I'll buy you dress. Simpleng sagot nito sabay hinila siya papasok sa loob.

Huwag na nakakahiya sayo.

Pero hindi nagpaawat ang babae lumapit sa mga naka display na mga damit titingin sa kaniya kung babagay ba sa kaniya ang mga hinahawakan nito.

Trish? Let's go home. Narinig niya ang isang baritonong boses napa tingin siya sa may ari ng tinig.

Kuya later na gusto ko pa bilhan ang bago kong kaibigan. Sagot nito sa lalaki.

Trisha huwag na, umuwi na lang tayo, baka hinahanap na din ako.

Nabaling sa kaniya ang mga mata ng lalaki, nakataas ang isa nitong kilay.

So ikaw ang bagong mang uuto dito sa kapatid ko. Matapang na saad nito.

Lumingon siya sa paligid lahat ng mata naka tingin sa kaniya, napahiya siya dahil sa pang bibintang ng lalaki.

Excuse me lang ho sir, hindi ako katulad ng iniisip mo hindi ako mukhang pera kaya ayusin mo yang pananalita mo. Mataray na saad niya ayaw na ayaw niyang pinapahiya siya.

Lisa? Wait. Tawag sa kaniya ni trisha pero hindi na niya pinansin.

Look kuya.look what you did to her? Wala na akong kaibigan kasi ganyan ka mag isip. Sigaw ni trisha sa kapatid nito walang paki alam kung nasa public sila pero hindi na niya pinansin ang magkapatid na nag aaway tumuloy na siyang umalis sa nasabing mall.

Naka simangot siyang pumasok sa bahay ng amo, totoo pala yung mga napapanood niya sa tv na ang mga mayayaman ay mga mata pobre.

Dumiretso siya sa kusina inisang lagok niya lang ang isang basong malamig na tubig pakiramdam niya natuyot ang lalamunan niya.

Tiningnan niya ang relo sa may tapat ng ref mag aalas singko na pala ng hapon oras na para diligan niya ang mga tanim sa likod at mag luto ng hapunan.

Pagkatapos niya mag bihis nag tungo na siya sa likod bahay up-ang binisita ang mga tanim niya. Nawawala ang pagod niya kapag nakikita niyang masasaya ang kaniyang tanim. Pagkatapos mag dilig naghanap na siya sa ref ng pwedeng lutuin na ulam para sa hapunan.

Pakanta-kanta siya habang niluluto ang adobo hindi niya namalayan na pinapanood na pala siya ng amo. Ini off na niya ang kalan isinalin ang adobo sa malaking mangkok inilagay sa lamesa hindi niya pa din napapansin ang binata na nawiwilling pagmasdan siya.

CHAPTER 11

Pagka-park niya ng sasakyan niya iinom sana siya ng tubig pero hindi na natuloy dahil napako ang kaniyang paningin sa babaeng abala sa pagluluto pakanta-kanta pa ito. Pinagmasdan niya ang bawat galaw nito napapa-ngiti siya sa bawat indayog ng baywang nito na sinasabay sa tono ng pag kanta nito.

Tapos na ito sa gawain sa kusina kaya agad siyang umalis doon nagmamadali siyang umakyat pa punta sa kaniyang kwarto hindi niya alam kung bakit bigla siyang kinabahan gayong siya ang may ari ng bahay.

Pagka pasok niya sa loob ng kaniyang kwarto pinatong niya sa kaniyang table ang bitbit na laptop bag. Nahiga sa couch ipinatong ang kaliwang braso sa kaniyang noo. Ipinikit ang mga mata doon pumasok ang pagsasayaw ni lisa mabilis niyang naidilat ang mga mata naiiling sa mga nangyayari.

Kinuha niya ang cp sa kaniyang bulsa saka tinawagan si Mark na agad naman nitong sinagot.

Hello evan pare. Agad na saad nito pagkasagot sa tawag niya maingay din ang background.

Where are you? Tanong niya.

Bahay. You wanna join us? Tagal na tayo hindi nagkaka inuman. Pasigaw na ang tinig nito.

Sige punta ako dyan, mag bihis lang ako. Sagot niya.

Isama mo yung maganda mong helper. Hirit nito.

No. Matigas na sagot niya sabay baba ng tawag. Tumayo na siya nag ayos ng sarili okay lang umaga na siya umuwi wala naman pasok kinabukasan.

Naligo lang siya ng mabilis dahil malagkit na ang pakiramdam niya.

Habang pababa siya ng hagdan inaamou niya pa ang suot na damit kung mabango ba ito baka kasi hindi niya nalagyan ng pabango.

Sir kain na ho. Sabi ni lisa galing ito sa kusina mukhang bagong ligo din dahil basa pa ang buhok nito naaamoy niya din ang ginamit nitong shampoo.

Hindi na, mamaya na lang siguro punta muna ako kila mark. Sagot niya.

Naku sir iinom kayo dapat may laman ang tiyan mo. Sagot naman nito.

Mukhang ayaw siyang payagan ng dalaga na pumunta sa ibang bahay na hindi pa kumakain ng hapunan. May naramdaman siyang konteng kilig dahil sa pag-aalaga nito sa kaniya.

Sige na nga mukhang masarap niluto mo eh.. sabi niya sa dalaga.

Opo paborito mo yun sir eh. Masiglang sagot nito sa kaniya ipinag-kuha siya ng pinggan at kutsara-tinidor.

Salamat lisa mabuti pa sabayan muna akong kumain. Alok niya dito.

Naku nakakahiya po.

Huwag kana mahiya, sige na para mas masarap ang kain ko may kasabay ako. Mamimilit niya sa dalaga.

Sige na nga mapilit kayo sir eh.

Napa-ngiti siya dahil sa sinabi nito sa totoo lang natutuwa siyang kausap ang dalaga nawawala ang hinanakit niya sa mundo, gumagaan ang pakiramdam niya.

Sir kain kana baka pagdating mo dun lasing na silang lahat. Pagbibiro nito na ikina-hagalpak niya ng tawa hindi niay alam kung bakit tawang-tawa siya sa biro nito.

Sorry natuwa lang ako sa joke mo. Pinipigilan ang sarili na matawa ulit.

Okay lang po kain na lang tayo.

Naging tahimik na si lisa kaya pinag patuloy na lang ni evan ang kaniyang kinakain nahiya na din siya bigla na kausapin ito dahil nanahimik na baka magalit naman ito.

Pagkatapos niya kumain naglakad na siya palabas upang mag tungo na kila mark baka inaantay na siya ng kaibigan.

Sir, mag doorbell na lang ho kayo kapag nasa labas na kayo hindi ko po kasi pwedeng iwan na hindi naka lock yung pintuan baka ho kasi may makapasok. Sabi nito naka silip sa pinto mula sa kusina.

Okay sige. Sagot niya saka dire-diretsong lumabas ng bahay.

Pagdating niya sa tapat ng bahay ni mark pinindot niya ang doorbell, nakita niyang sumilip si mark mula sa second floor.

Dude hintayin mo ako dyan. Sigaw nito.

Nag thumbs up lang siya sa kaibigan, siguro nilasing na naman nito ang kasambahay mahilig talagang mang lasing si mark ng mga babae lalo na kapag alam nitong may gusto dito ang babae.

Kamusta dude tagal natin bago nag kita ahh?? Bungad niti pagkadating sa gate.

Oo eh, naging busy kasi sa trabaho. Sagot niya naman sabay pasok na sa loob ng bahay ng kaibigan.

Huwag kasing puro trabaho gumimik ka din minsan. Natatawang sagot nito sa kaniya habang naka akbay sa kaniya.

Pagkapasok nila sa loob ng bahay ni mark, napuno ito ng usok ng sigarilyo napa ubo pa siya dahil hindi na siya sanay sa amoy ng sigarilyo.

Tang ina dude hindi kana sanay sa usok ng sigarilyo ah. Sabi nito sa kaniya.

Natawa siya dahil sa lutong ng mura ng kaibigan.

Oo nga eh, tang inang yan kailangan mag gimik ako ulit. Sagot niya naman sa kaibigan.

Tang ina evan lagi dito may party sa bahay ko. Natatawang sagot nito.

Ganon ba? Hayaan mo bukas ng gabi punta ako ulit dito.

Oo tatlong bahay lang ang pagitan ng mga bahay natin hindi mo pa ako magawang puntahan dito. Pasigaw na ang boses nito dahil lumalakas na ang music sa buong kabahayan.

I know but you know me i didn't party with I'm busy. Pasigaw na sagot niya sa kaibigan hanga siya dito dahil kahit gabi-gabi may party sa bahay nito hindi niya pa yata nabalitaan na ipina-barangay ito ng mga kapit-bahay nila.

I know you dude, kaya ngayong gabi mag saya tayo dahil baka mahirao na naman akong ayain ka ulit.

Doon muna ako. Paalam niya sa kaibigan lumapit siya sa isang table na madaming naka display na mga alak ginawang bar ni mark ang bahay nito kawawa naman ang maglilinis ng bahay nito kinabukasan.

Inisang lagok niya ang alak na isinalin sa baso, nah salin siya ulit nag iinumin na niya ito may humawak sa kaniyang kamay.

Hi evan?, long time no see. Pasigaw na saad ng babae.

Elsa? How are you? Naka ngiti niyang saad sa babae maganda si elsa madami ang nangamgarap na maging asawa ito pero sa totoo lang hindi nito nakuha ang pag tingin niya hanggang kaibigan lang kaya niyang ibigay. Pero alam niyang may gusto sa kaniya ang dalaga.

I'm doing good. Ikaw ang kamusta? Naupo ito sa bakangteng upuan malapit sa kaniya ipina-pakita ang malulusog nitong dibdib.

Maayos naman ako, naging busy lang sa trabaho nitong mga nakaraang buwan. Sagot niya nilagok niya ang alak na isinalin niya bago dumating ang babae.

Napaka-workaholic mo talaga. Kaya lalo kitang minamahal eh. Lumapit ito sa mukha niya umiwas naman siya.

Elsa please don't, you know i can't give you what you want.

Evan please. Nagmamakaawa ang boses nito.

Elsa? I respest you as my friend kaya huwag mong hayaan na mawalan ako ng respeto sayo. Sagot niya lumayo sa babae pumunta siya sa isang silid na madalas niyang puntahan kapag nasa bahay siya ni mark.

Hindi na siya nag abala pa na buksan ang ilaw memoryado na niya ang buong silid alam niya kung saan nakalagay ang kama, nahiga siya sa kama ipinikit ang mga mata.

Nakakaramdam siya ng konsensiya parang nag tataksil siya kay lisa sa paglapit sa kaniya ni Elsa.

Narinig niyang lumanginitnit ang pinto ng kwarto pero hindi siya nag abala na buksan ang kaniyang mga mata.

Elsa please leave me alone. Matigas na utos niya sa taong nasa loob ng kwarto.

Dude si mark to. Narinig niyang naglakad ito palapit sa kaniya pagka sara ng pinto.

What are you doing here? Tanong niya sa kaibigan.

Gusto ko lang i check kung maayos ka lang.

Maayos lang ako.

Wala na siya, pwede kana lumabas ulit.

Mamaya lalabas din ako. Malamig na sagot niya.

I know what you feel dude, and I know, you don't like her, katulad ng pagka gusto ko sa kaniya.

Pero nakuha mo naman katawan niya. Sagot niya nanatiling naka pikit.

Katawan niya lang ang nakuha ko pero hindi ang puso. Ramdam niya ang lungkot sa tinig nito.

Patawad dahil ako yung mahal niya at hindi ikaw. Sagot niya.

Ayos lang yun dude. Mabuti pa lumabas kana mag inuman na tayo magdamag. Aya nito sa kaniya.

Narinig niyang lumabas ng kwarto si mark, nag pasya na siyang sumunod sa kaibigan gusto niyang magpaka-lasing ngayong gabi. Gusto niyang alagaan siya ni Lisa na parang asawa nito. Hindi niya maintindihan ang sarili kong bakit nahuhulog ang loob niya sa dalaga alam niyang hindi ito masama pero paano kung sa ikalawang pagkakataon masaktan siyang muli katulad ng ginawa sa kaniya ng babaeng minahal noon.

CHAPTER 12

Alas singko na siya naka-uwi pasuray-suray siyang naglalakad pauwi sa kaniyang bahay. Pagdating niya sa tapat ng bahay sumandal siya sa gate pinindot ang doorbell. Nakapikit ang kaniyang nga mata hinihila na siya ng antok.

Sir, tulungan ko na po kayo. Narinig niya ang napaka-among boses ni lisa lalo siyang inaantok sa boses nito maging sa halimuyak ng buhok nito.

Lisa? Thank you. Anas niya habang naka akbay ang kamay niya sa balikat nito, naka hawak naman ang kamay nito sa baywang niya inaalalayan siya.

Sir dito na lang kayo sa couch magpahinga, hindi ko kayo kayang iakyat sa taas.

Sure. Dahan-dahan siyang pinaupo ni lisa, nanatiling naka-pikit ang kaniyang mga mata pinag-aaralan ang bawat galaw ng dalaga lalo siyang nalalasing sa presensiya nito.

Sir mahiga mahiga na kayo, para makapag-pahinga na kayo. Sabi nito sa kaniya diniduyan siya ng bawat bigkas nito ng salita.

Lisa? Why are you so beautiful? Hindi niya napigilan ang sarili na itanong yun sa dalaga.

Sir? Naguluhan ang dalaga sa naging tanong niya.

Hindi na sumagot ang binata, tuluyan na itong naka-tulog dahil sa kalasingan. Kumuha naman ng palanggana na may maligamgam na tubig si lisa saka bimpo.

Tinanggal niya isa-isa ang mga butones ng polo ni Evan pinusan ang binata mula ulo hanggang sa dibdib nito.

Nagising si Evan na masakit ang kaniyang ulo, hindi niya matandaan na naka-uwi siya ng bahay naka bukas din ang butones ng polo niya.

Tahimik ang buong kabahayan, nag tungo siya sa kusina subalit walang tao doon, lumapit siya sa ref kinuha ang isang pitsel ng tubig sa mismong pitsel na siya uminom tinamad na siyang kumuha ng baso.

Nagpasya siyang maligo na muna bago kumain, nag tingnan niya ang relo sa kusina bandang alas kwatro na pala ng hapon kaya naisip niyang nasa likod bahah si Lisa.

Pagka-akyat niya sa kwarto niya agad siyang nag hubad pumasok sa banyo, binabad ang hubad na katawan sa malamig na tubig na binubuga ng shower.

Biglang lumitaw sa harapan niya ang mulha ni Lisa na naka-ngiti habang tumatakbo papalayo naka suot ito ng bulaklaking damit, napaka ganda ng ngiti nito inililipad ang itim na itim at mahaba nitong buhok.

Iniling-iling niya ang ulo, tumigala siya sa shower nilulunod niya ang sarili dahil sa mga naiisip, nag maramdamang nalulunod na siya yumuko siya.

Pagkatapos maligo, nag bihis siya ng pang-alis may usapan sila ni Mark na pupunta silang makati dahil nag aya si rafael na doon na lang mag celebrate ng birthday nito.

Lisa? Tawag niya sa dalaga.

Sir. May kailangan po ba kayo? Sumilip ito mula sa kusina.

Sigurado siyang nagluluto na ito ng hapunan.

Aalis ako hindi ko sigurado kung anong oras ako makaka balik ikaw na muna bahala dito sa bahay. Bilin niya sa dalaga habang inaayos niya ang suot na polo shirt.

Sige sir ingat kayo. Sagot nito.

Naglakad na siya palabas ng bahay dahil narinig niya na ang busina ng kotse ni Mark.

Nilock niya ang gate bago sumampa sa passenger seat ng bagong kotse ni Mark.

Tang ina, saan ka ba kumukuha ng pera? Tanong niya sa kaibigan ang alam niya hindi na ito pumapasok sa opisina na pag mamay-ari ng ama nito ang alam niya din tinanggalan ito ng mana kaya nag tataka siya kung saan ito kumukuha ng pera.

Humagalpak ito ng tawa bago sumagot.

Call boy yan ang trabaho ko.

So pumapatol ka sa mga matatanda na mapera. Tanong niya habang tumatawa.

Oo mga tigang sila dude, magagaling umibabaw.

Tang ina mo hindi ko akalain na kaya mong sikmurain ang ganyan na trabaho. Naiiling na sabi niya.

Mas mabilis ang pera dito dude sa isang gabi kung makalima ako na bubulahing matatanda may kalahating milyon na agad ako.

Mas malaki pa sa nakukuha kong mana kay daddy.

Dude baka magka sakit ka nyan o baka maka buntis ka ng matanda. Natatawa siya.

Hayop ka Evan malabong mangyari na mabuntis ko sila lagi akong handa dyan.

Madami pa silang napag-usapang magkaibigan bago sila nakarating sa isang bar sa Makati.

Pagpasok nila sa loob ng bar malakas na musiko agad ang sumalubong sa kanila, itinuro sa kanila ang isang VIP room kung saan nag hihintay si Rafael at ang iba nilang mga kaibigan.

Ayun ang mga workaholic nating mga kaibigan dumalo din. Malakas na sabi ni Jacob.

Nakita niya si Jayden isa sa subsob sa trabaho katulad niya. Naupo siya sa bakanteng couch.

Van kamusta? Pati ni Jacob.

Maayos lang. Balita ko daddy kana daw. Aniya sa kaibigan.

Oo eh, sa sobrang gigil ko nailabas ko sa loob ayun naging bata. Natatawang sagot nito.

Simula highschool silang lima na ang naging mag kakaibigan tanging si Jacob palang ang may anak sa kanilang lima pero balita niya malapit na din ikasal itong si Jayden.

Jay balita ko ikakasal kana daw. Aniya sa kaibigan.

Oo dude isa ka sa mga groom's man ko. Sagot nito.

Sige pupunta ako. Nasaan pala si Boy celebrate.?

Nasa labas nakikipag landian pa sa mga chika-babes. Sagot ni Jacob.

Maiwan ko muna kayo dyan mga goodboys, maghahanap muna ako ng pwedeng makain sa labas. Paalam ni Mark sa kanila.

Enjoy Mark. Sabi niya sa kaibigan.

Isang malokong ngiti ang isinagot nito sa kaniya, napa iling siya dahil alam niya na ang tumatakbo sa isipan ng kaibigan.

Jayden? Sino ang babaeng napaniwala mo na hindi mo lolokohin.? Tanong niya sa kaibigan.

Si Margarette Quezon. Simpleng sagot nito.

Natahimik siya iniisip niya kung sino ang bsbaeng tinitukoy nito hindi niya matandaan kung saan niya narinig ang pangalan ng babae.

Hindi natin siya batch mate. Pukaw ng kaibigan.

Matanda jowa nito eh.. hirit ni Jacob.

Ohhh okay lang yan mas magaling sila. Natatawa siya.

Gago magaling saan? Natatawang tanong ni Jayden.

Mag alaga alam na nila kung pano suyuin yung mga partner nila, ang dudumi ng utak niyo. Sagot niya naiiling sa mga iniisip ng mga kaibigan.

Siguro ang tagal munang walang dinidiligan. Ani Jacob naka tingin sa kaniya.

I don't need that bro. Seryosong sagot niya.

Tang ina kailan ka pa tumanggi sa grasya? Tanong ni Jayden.

When she come in my life. Gusto niya sanang isagot.

Nagbago na ako mga bro. Sagot niya

Pwede ka pala magbago. Hirit ni Jacob natatawa ito.

Oo naman.

Bro huwag ka magalit hah, what if bumalik siya sa buhay mo? Seryosong tanong ni Jayden alam niya kung sino ang tinutukoy nito.

Hindi ko din alam ang gagawin o sasabihin ko sa kaniya. Seryosong sagot niya.

Tigilan niyo na yan, mabuti pa mag inuman na lang tayo. Sabat ni Jacob sa kanila.

Mabuti pa nga. Pang sang-ayun ni Jayden.

Nagpatuloy sila sa pag iinom hanggang sa pumasok si Rafael may kasamang babae halos ayaw na humiwalay sa kaibigan nila. Binibigyan siya ng babaeng pwedeng magpaligaya sa kaniya pero panay tanggi siya na ipinag-tataka ng mga kaibigan niya. Ang tanging sagot niya lang sa mga ito ayaw niyang guluhin muli ang tahimik niya ng buhay. Alam niya na kukulitin siya ng mga babae once na pansinin niya ang mga ito.

CHAPTER 13

Madaling araw ng marinig ni Lisa na may humintong sasakyan sa tapat ng bahay ng amo niya hindi siya tumayo kasi wala naman siyang narinig na nag doorbell ang binata siguro may dala itong susi ayaw na siguro nitong gisingin siya pero sa totoo lang hindi naman siya naka-tulog dahil nag aalala siya sa binata.

Nagpaikot-ikot siya sa kama pero hindi pa din siya makatulog kahit dumating na ang amo. Naisipan niyang bumaba pumunta sa kusina mag timpla ng gatas. Madilim na sa baba kaya naisip niyang umakyat na ang binata.

Naglakad siya palapit sa switch nakita niya si Evan na nakahandusay sa sahig nilapitan niya ito.

Sir bangon po doon na lang kayo sa couch matulog. Aniya sa binata, umungol lang ito.

Kumuha na lang siya ng unan at blanket para ilagay sa likod ng binata. Tatayo na sana siya ng mailagay niya na ang blanket at unan ng bigla siyang hinila ni Evan.

Xena? I miss you so much.

Nagulat siya sa sinabi ng binata, hindi Xena ang pangalan niya pero Xena ang tawag nito sa kaniya, paulit-ulit nitong tinawag ang pangalang Xena. Pilit siyang kumakawala sa yakap ng binata.

Xena please don't leave me. Nag mamakaawa ang tinig nito tinigilan niya ang pag pupumiglas sa yakap ng binata.

Naaawa siya sa binata sa totoo lang kaya pala masungit ito sa kaniya noon dahil natatakot na baka mahulog ulit sa babae at iwanan muli.

Nag maramdaman na maluwag na ang yakap sa kaniya ng binata dahan-dahan siyang umalis mula sa pagkaka yakap nito.

Agad siyang kumuha ng tubig dahil natuyot ang kaniyang lalamunan dahil sa pag yakap sa kaniya ng binata aaminin niyang siya ng may tinawag iting ibang pangalan.

Gusto niyang umiyak pero anong karapatan niya para umiyak gayong wala naman sila ng binata maganda lang ang pakiki tungo nito sa kaniya.

Lisa ano ba bakit ka nasasaktan gayong wala naman kayo, saka wala naman siyang sinabi na liligawan ka niya maganda lang ang pakiki tungo nyan sayo. Kausap niya sa sarili.

Ibinalik niya na ang pitsel sa loob ng ref kinuha na niya ang hotdog sa freezer yun na lang ang gagawin niyang almusal nila ni Evan.

Bandang alas syete na ng magising si Evan naka higa siya sa sala niligpit niya ang mga unan at blanket dumiretso siya sa kwarto niya doon niya na lamang ipagpapatuloy ang pag tulog sumakit ang likod niya dahil sa floor lang siya naka tulog.

Hindi siya siguro sa nangyari kung nakita niya ba si Xena na inaalagaan siya ng dating karelasyon gayong walong taon na itong wala sa pilipinas. Iniisip niya ngang may asawa na ito at mga anak.

Graduating sila noon sa kolehiyo abala siya sa pag-hahanda para sa nalalapit na graduation. May mga makukuha siyang mga award bukod sa cumlaude pinag sikapan niya talagang makuha yun para ipakita kay Xena na gusto niyang makatapos sa pag aaral kahit na mapera sila.

Gusto niyang iparating sa babae na kaya niya itong buhayin dahil may pinagtapusan naman siya.

Araw na ng pagtatapos walang mapaglagyan ang tuwang nararamdam ni Evan ng mga oras na yun nasasabik na din siyang ipaalam sa nobya na malapit na niya itong ayain ng kasal. Pero lahat ng iyon mapapalitan ng sakit, sakit na dadalhin niya ng mahabang panahon.

Inaya siya ng nobya sa likod ng isang silid-aralan doon sila madalas mag aral tuwing may mga pagsusulit sila.

Mahal? May problema ba? Agad na tanong niya sa dalaga.

I'm sorry Evan but i need to end this relastionship. Naka yuko ito hindi siya matingnan sa mga mata.

What? Mahal please not today. Graduation natin to. Hinawakan niya ito sa mga kamay.

I'm not joking Evan, kailangan kong pumunta sa US. Seryoso ang tinig nito nagawa na ring siyang titigan sa mga mata.

Pwede naman tayo mag usap thru video call. Naluluha na siya gusto na niya rin lumuhod sa harapan ng babae.

Tinanggal na nito ang pagkakahawak niya sa mga kamay nito bago naglakad palayo sa kaniya gusto niyang habulin ang dalaga pero hindi niya maigalaw ang mga paa niya napahagulhol siya.

Bumalik lahat ng sakit na naranasan niya mula ng iwan siya ng dating karelasyon parang kahapon lang ang lahat na nangyari. Umiyak siya ng mahina sa silid niya gusto niya ulit makita si Xena pero paano.

Maghapon siyang nagmukmok sa kwarto niya, tinamad siyang maligo ng mga oras na iyon parang bumalik siya ulit sa panahong nawalan na siya ng gana sa lahat.

Bandang alas sais ng gabi nakarinig siya ng kumakatok sa labas ng kaniyang silid.

Leave me alone. Sigaw niya.

Pero hindi tumigil ang kumakatok kaya tumayo siya binuksan ang pinto sinigawan ang nasa likuran ng pintuan niya.

I said leave me alone. Sigaw siya sa dalaga na nasa labas ng kwarto niya may dala itong pagkain, nakita niya sa maamo nitong mukha ang gulat.

Sir kumain muna ho kayo. Sabi nito imbis na umalis sa harapan niya dahil nasigawan niya.

I'm not hungry. Muling sigaw niya.

Nakita niyang may namuong luha sa gilid ng mga mata nito pero wala siyang paki-alam mas nangibabaw ang galit niya.

Per-

You don't understand what i'm saying hah. I'M NOT HUNGRY PLEASE LEAVE ME ALONE. Pinatigas niya ang bawat katagang iyon bumalik siya sa loob ng kwarto niya saka muling nilock ang pinto alam niyang mali ang ipinakita niya kay Lisa pero hindi niya mapigilan ang sarili na hindi magalit sa lahat ng nasa paligid niya.

Muli siyang nahiga sa kama niya, ipinikit ang mga mata pinipilit na maka tulog muli. Upang makalimutan ang lahat ng sakit na nararamdaman niya upang maibaon kahit sa pagtulog niya man lang. Totoong nababaliw na siya tama nga siguro ang kapatid niya na magpa tingin na siya sa mga eksperto.

CHAPTER 14

Naguluhan si Lisa sa ikinikilos ni Evan pero hindi na siya nangulit pa hindi na niya na pinilit na kumain ang binata dahil baka lalo lang siyang masigawan ng binata ngayon niya lang narinig ang binata na sumigaw.

Ipinasok na lang niya ang mga pagkain na inihanda niya para sa binata umakyat na lang siya sa kaniyang silid upang matulog dahil kinabukasan may pasok na siya.

Excited na siyang pumasok, excited na siyang makita si trisha kahit na ponahiya siya ng kapatid nito kahapon sa mall.

Senet na niya ang alarm ng alas kwatro upang maaga siyang magising makakapag linis at makakapag luto pa siya bago pumasok sa skwela ayaw niya naman masira ang tiwala ng amo gusto niya pa din bigyan ng oras ang kaniyang trabaho.

Hating-gabi ng magising at makaramdam ng gutom si Evan, napil-itan tuloy siyang bumangon upang kumuha ng pagkain sa ibaba malaki ang pag sisisi niya dahil hindi niya tinanggap ang pagkain na dinala ni Lisa sa kaniya sinigawan niya pa ito.

Naghanap siya sa ref na pwedeng initin, sigurado naman siyang may iniwan na ulam si Lisa para sa kaniya alam niyang mabait ang babae kahit na gawan pa ito ng hindi tama.

Inaamin niyang naging masama ang ugali niya kanina akala niya hindi na siya muling magiginh katulad ng dati na lahat ng tao ay iiwasan niya kaya siya naging subsob sa trabaho dahil gusto niyang kalimutan ang araw na iniwanan siya ng babaeng pinaka-mamahal.

Narinig niyang tumunog na ang microwave hudyat na tapos na ang iniinit niyanh ulam, naupo na siya sinumulan ng kumain dahil nagugutom na talaga siya.

Napadami ang kain niya dahil ang paborito niyang adobo ang niluto ni Lisa para sa kaniya. Hinugasan na niya ang pinggan na ginamit niya bumalik siya ulit sa kaniyang silid dahil may pasok na pala siya ulit mamaya magiging busy na ulit ang kaniyang isipan.

Nagising si Lisa sa ingay ng kaniyang cellphone, naupo siya bago niya ini-off ang alarm. Pumasok siya sa cr nag hilamos at nag toothbrush. Ini handa na niya ang lulutuing almusal.

Itinali niya lang ang kaniyang mahabang buhok saka pumunta na siya sa kusina upang mag simula ng lutuin ang almusal.

Nilagyan niya ng tubig ang heater habang hinihintay na kumulo ang tubig inihanda na niya ang gagamitin sa pagluluto ng sinangang isusunod niya ang itlog,hotdog at tocino.

Pakanta-kanta pa siya habang niluluto ang almusal nakalimutan na niya ang nangyari ng nakalipas na gabi.

Bumangon na si Evan ng makitang oras na para maghanda dahil papasok na siya sa trabaho, magpapaka busy siya upang makalimutan ang ex.

Narinig niyang abala na sa pagluluto ng almusal si Lisa hindi na siya pumunta sa kusina lumabas na siya ng bahay, sumakay kaagad sa kaniyang kotse, ayaw niyang makita ang dalaga dahil nahihiya siya dahil sa kaniyang ginawa.

Pagkalabas niya ng kaniyang kotse nakita niya si Mark mukhang gal-ing sa pag jo-jogging kailan pa natuto mag jogging ang loko, tinawag niya ang kaibigan.

Hoy mark? Anong nakain mo? Natatawang tanong niya sa kaibigan.

Wala pa nga akong kain eh. Sagot nito tumakbo palapit sa kotse niya.

Kaya pala, nalipasan ka ng gutom kaya naisipan mong mag jogging. Natatawa pa din siya.

Ang aga mo ata pumasok bro. Pag iiba nito ng usapan.

Oo madaming gagawin na trabaho eh. Sagot niya.

O siya sige na umalis kana baka ma late ka sa trabaho. Natatawa ang kaibigan tinapik siya sa braso.

Sige ingat ka sa byahe bro.

Salamat. Kumain kana para naman mahimasmasan ka na hindi ka marunong mag jogging sa umaga.

Gago! Nagbago na ako.

Tumawa lang siya bago pinaharurot ang kotse palayo sa kaibigan. Tinitingnan niya pa ito sa side mirror dahil nakatayo pa rin ito kung saan niya iniwan nakatanaw din sa bahay niya. Ititigil niya sana ang sasakyan upang businahan ang kaibigan pero hindi na niya ginawa dahil baka may lumikot pa s isipan ng kaibigan.

Narinig ni Lisa na umalis na ang amo, nalungkot siya dahil hindi nito makakain ang niluto niyang almusal para sa kanilang dalawa. Samantalang dati umaalis ito ng bahay bandang alas syete na ng umaga pero ngayon alas sais palang umalis na hindi kaya dahil iyon doon sa Xena na binanggit nito kagabi habang nakayakap sa kaniya ng mahigpit at nakiki-usap na huwag siyang iwan.

Kumain na lang siyang mag-isa pero hindi niya mauubos ang niluto niya pano kaya kung dalhin niya na lang sa paaralan yun na lang din ang gawin niyang tanghalian. Nag hanap siya ng magandang lalagyan upang doon ilagay ang kalahati ng kaniyang nilutong almusal.

Pagkatapos mag almusal umakyat na siya sa taas upang maligo dahil baka mahuli siya sa unang pasukan.

Palabas na siya ng bahay ng makita niya ang kaibigan ni Evan ngiting-ngiti ang lalaki habang palapit sa kaniya. Nilock na niya ang gate.

Magandang umaga sa magandang dalaga. Bati nito sa kaniya.

Ngumiti lang siya sa binata naglakad na palayo dito pero makulit ang binata hinabol siya nito humarang sa daraanan niya napa atras siya dahil sa ginawa nito.

Miss huwag ka matakot, ako si Mark kaibigan ni Evan. Pakilala nito .

Alam niyang kaibigan ito ni Evan dahil ito ang kumatok sa bahay ni Evan habang wala ang kaniyang amo.

Oo kilala kita. Sagot niya.

Oww nice. Ano yang dala mo? Naka tingin ito sa dala niyang bag.

Ahh pagkain gusto mo ba? Tanong niya.

Okay lang ba?

Oo naman.

Ini-abot niya sa binata ang dalang bag, tinanggap naman nito ang bag na inabot niya.

Salamat, Btw saan ka pala papunta?

Papasok sa school first day ko.

Hatid na kita, mabayaran man lang kita sa pagkain na binigay mo.

Naku huwag na nakaka hiya. Sagot niya.

Naku huwag kana mahiya, wait me here.

Tumakbo ito pauwi inantay niya naman ang binata ayaw niya naman maging bastos sa lalaki nag mamagandang loob lang ito sa kaniya.

CHAPTER 15

Tumigil sa harapan niya ang isang gray PORSCHE 918 SPY-DER napa atras siya.

Sakay na baka ma late ka. Ani mark lumabas ito sa driver seat.

Sigurado ka na ihahatid mo ako? Naguhuluhan na tanong niya.

Oo naman. Naka ngiti ito.

Bak-

Wala akong girlfriend, I'm single. Agad na paliwanag nito.

Sumakay na lang siya ayaw niyang mapahiya ang binata kung patuloy niya itong tatanggihan baka ma late na din siya sa pag pasok.

Ano palang pangalan mo? Tanong nito sa kaniya.

Lisa. Pakilala niya

What a beautiful name? Anas nito panay sulyap sa kaniya ang binata naiilang tuloy siya pero hinayaan niya na lang ito.

Himinto sila sa tapat ng university, nagtaka siya bat alam ito ang paaralan na papasukan niya.

Salamat sa paghatid. Aniya sa binata bago siya bumaba.

Walang anuman.

Bumaba na siya sa kotse ni Mark, tumayo muna siya kumaway sa binata ibinaba nan nito ang bintana.

Enjoy your first day Lisa.

Oo salamat.

Humarurot na ito palayo sa paaralan, naglakad na din siya papasok narinig niya ang mga bulungan ng mga estudyante.

Ang swerte naman niya ang gwapo ng boyfriend.

Oo nga ehh. Sana all na lang talaga.

Naiiling siya sa mga sinasabi ng mga studyante hindi niya naman boyfriend si Mark nag magandang loob lang ang tao. Nakita niya si Trisha na palapit sa kaniya.

Hi Lisa? Bati nito sa kaniya hinalikan siya sa cheeks.

Hi Trisha? Baka nandito na naman kapatid mo. Nagpalinga-linga siya.

Don't worry about him, i'll talk to him last night. Okay na siya na maging friend kita. Paliwanag nito.

Mabuti naman alam mo napaka judgemental niyang kapatid mo. Sagot niya napapa-irap pa siya.

Mabait naman yun si kuya, sadyang mapanghusga lang. Natatawa ito.

Sabihin mo mata pobre kuya mo.

Baka crush ka ni kuya. Humagalpak ito ng tawa.

Hindi nakakatawa sabi niya sa kaibigan.

Ito naman pikon agad. Halikana pumasok na tayo sa unang klase natin.

Inaya siya ni Trisha na kumain sa cafeteria ililibre daw siya nito pero sabi niya huwag na dahil may baon naman siya.

Pagdating nila sa cafeteria agad silang pumila dahil nagugutom na sila, pagkakuha nila ng order naghanap siya ng pakanteng table.

Pagka-upo nila may lumapit sa table nila na dalawang lalaki.

Hi trish? Pwede mo ba kaming ipakilala sa kasama mo? Tanong ng lalaking medyo mahaba ang buhok.

Paul pwede ba umalis na kayo. Masungit na sagot dito ni trisha.

Ito naman nag susungit agad. Sabi nung Paul.

Oo dahil nakaka bwusit ka alam mo ba yun?. Masungit pa din ang kaibigan.

Trish naman, hindi mo parin ba matanggap na binasted kita. Maya-bang na tanong nung Paul.

Hindi sumagot si Trisha sa tanong na iyon ni Paul, napa simangot lang ito dahil sa sinabi ng binata kaya nag lakas loob na siyang mag salita.

Pwede ba umalis na lang kayo? Malumanay na sabi niya sa dalawang binata.

Hindi pa nga namin nalalaman pangalan mo aalis na kami diba Paul? Tumingin ito sa Paul ang pangalan.

Para sa kaalaman niyo hindi ko basta-basta ibinibigay ang pangalan ko sa mga taong bastos lalo na sa babae. Matigas na sagot niya.

Aba Marco matapang, handang mang lapa. Sagot ni Paul.

Pero mas bet ko yan pare, dahil kaya ko rin siyang lapain sa paraang ikatitirik ng mga mata niya. Sagot ni Marco.

Tumayo si Trisha agad na sinampal si Marco, namula ang bahagi ng pisngi nito na tinamaan ng kamay ni Trisha nagulat siya sa inakto ng kaibigan.

How dare you to say that to my friend? Matapang na tanong nito nanlilisik ang mga mata ano mang oras handa itomh makapatay ng tao.

Napa-atras ang dalawang lalaki dahil sa matatalim na tingin ni Trisha sa mga ito. Kahit siya nagulat sa naging itsura ng kaibigan ganito ba talaga ito magalit.

Sorry. Anas ni Paul.

Nag mamadaling umalis ang dalawang lalaki sa table nila, napalunok siya ng humarap sa kaniya si Trisha naka ngiti na ito.

Did i scared you? Malumanay na tanong nito sa kaniya.

Hindi nagulat lang ako, ang tapang mo pala.

Humagalpak ito ng tawa dahil sa sinabi niya wala itong paki alam kung nasa cafeteria sila.

May lumapit sa kanilang dalawang studyante.

Excuse me. Agaw atensiyon sa kanila ng babaeng napaka iksi ng suot at pumuputok na ang make up sa mukha.

Yes, what can i help you? Tanong ni Trisha.

Gusto ko lang tanungin yung kasama mo kung si Mark Louie Rosales yung naghatid sa kaniya kanina.

Hmm oo si Mark nga nag hatid sakin. Sahot niya.

Boyfriend mo.?

Naku hindi nag magandang loob lang yung tao. Sagot niya.

Pero nanliligaw sa'yo? Tanong ng kasama nito.

Naku hindi rin. Muling sagot niya.

Eh how did you know him?

Kaibigan siya ng amo ko, magkalapit lang mga bahay nila. Paliwanag niga nagugutom na siya dami pang tanong.

Excuse me madami pa ba kayong gusto itanong? Mataray na ang tinig ni Trisha.

Wala na gusto lang namin malaman kung boyfriend niya si Mark.

Bakit nag seselos ba kayo na hindi na kayo ang gusto ni Mark.? Nakataas na ang kilay ni Trisha.

Of course not.

Salamat miss. Sabi nung babaeng makapal ang make-up.

Ngumiti lang siya sa dalawang babae bago ito umalis sa table nila doon na siya nakapag subo ng pagkain niya.

Boyfriend mo si Mark Rosales? Tanong ni Trisha.

Hindi ko siya boyfriend, nagkataon lang na nakita niya ako papasok dito.

Pano mo siya nakilala? Naka salumbaba na ito sa harapan niya.

Mahabang kwento, saka pwede ba huwag mo ako matanong-tanong tungkol sa boyfriend-boyfriend na yan, wala pa yan sa isipan ko. Sagot niya sa babae.

Ay sus! Alam mo maganda ka kaya madami ang aaligid sayo dito sa university kaya mag iingat ka, huwag na huwag ka basta sasama sa kanila. Seryoso na ang tinig nito.

Alam ko naman yun nakaka hiya naman sa nag papaaral saakin. Sagot niya sa kaibigan.

Nagpatuloy ng kumain ang magkaibigan, dahil may susunod pa silang klase.

CHAPTER 16

Kinagabihan habang abala sa pagluto ng hapunan si Lisa ng makarinig siyang may nag doorbell pinatay niya muna ang apoy sa stove bago niya nilabas ang makulit na nag do-doorbell.

Hi magandang gabi sa magandang dilag na nasa harapan ko ngayon. Bati sa kaniya ni mark.

Pasok ka, tawagin ko lang si sir Evan. Aniya sa binata.

Hindi si Evan ang ipinunta ko dito.

Hah? Nakataas na ang kilay niya.

Lisa pumunta ako dito dahil sayo. Hahawakan sana nito ang mga kamay niya nailayo niya lang.

Lisa? Sinong dumating? Sigaw ni Evan mula sa sala naka silip ito sa bintana.

Si sir Mark po. Sagot niya matalim niyang tiningnan si Mark bago siya pumasok sa loob.

Dumiritso siya sa kusina pinag-patuloy ang pagluluto, naiinis siya sana pala hindi na lang siya pumayag na magpahatid sa binata naalala niya tuloy ang sinabi ng kaibigan.

Hanggat kaya mo umiwas ka dyan kay mark, maraming babae ang nagkakandarapa dyan baka pag-initan ka nila. Lalo na yung dalawang lumapit saatin.

Ano ang ginagawa nila? Curious na tanong niya sa kaibigan.

Pinapahirapan, balita ko nga may niligawan yan si Mark dati tapos nawala yung babae ng isang linggo ayon natagpuan ng mga magulang patay na.

Nahuli kung sino ang may gawa?

Syempre hindi, ma impluwensiya ang may gawa.

Okay.

Sa totoo lang natakot siya para sa sarili niya,Pano kung idamay ang pamilya niya.

Lisa tapos kana ba mag luto?

M-matatapos na sir. Nabubulol na sagot niya mabuti na lamang mahina lang ang apoy dahil kung hindi baka nasunog na ang niluluto niya.

Ini-off na niya ang stove kumuha ng malalim na bowl isinalin doon ang sinigang na hipon. Pagkatapos niya mag hain umakyat muna siya sa itaas.

Napansin ni Evan na panay ang sulyap ng kaibigan kay Lisa.

Kain na Mark. Bibihira niya lang itong tawagin sa pangalan kaya nakita niya ang pamimilog ng mga mata nito.

May problema ba? Tanong nito tinitingnan ang pagsandok niya ng kanin.

Alam ko ang plano mo kay Lisa. Sabi niya sa kaibigan.

I'm serious to her, sana huwag kana kumontra. Seryoso ang tinig nito bihira niya lang ito makitang seryoso.

Pero alam mo ang posibleng mangyari sa kaniya bro. Nag aalala ang kaniyang tinig.

Hindi naman napatunayan na sila nga ang mag gawa nun. Sagot naman nito.

Dahil ginamit nila ang kanilang impluwensiya at pera kaya hindi napatunayan. Mahina ang kaniyang tinig subalit matigas ang bawat pag bigkas.

Bumuntong hininga ang kaibigan niya, alam nito na may alam siyang may hawak ito ng ebedensiya pero hindi nito nilabas sa merkado, naki usap din siya sa kaibigan na ilabas ang hawak na video pero nag matigas ito.

Ayaw kong mangyari ulit yun kay Lisa. May banta na ang kaniyang tinig.

Bro, kalmahan mo lang. Nakataas na ang dalawa nitong kamay.

Sisirain ko buhay mo. May banda sa tinig nito.

Hindi ko naman hahayaan na mangyari yun kay Lisa.

Kapag pinilit mong pumasok sa buhay ni Lisa kakalimutan kong kaibigan kita.

Bro nam-

Kain na. Matigas na utos nito hindi na sumagot pa si Mark kumain na lang siya alam niyang may isang salita ang kaibigan.

Pagkatapos mag dinner ni Mark sa kaniyang bahay pina-uwi na niya ito alam niyang pagiging bastos yun sa part ng kaibigan niya pero kailangan niyang ingatan ang kaligtasan ni Lisa.

Pinag buksan ni Lisa ang kumakatok sa labas ng kaniyang silid.

Kumain kana wala na si Mark. Walang emosyon ang mukha ng binata.

Sige po ayusin ko lang gamit ko. Sagot niya naman sa binata.

Tumungo lang ito sa kaniya bago naglakad palayo sa silid niya dali-dali niya naman inayos ang mga gamit niya mamaya niya lamang tatapusin ang dapat tapusin napansin yata ng binatang amo na ayaw niya ang presensiya ni Mark. Hangg't maaari iiwasan niya si Mark ayaw niyang isaalang-alang ang kaniyang buhay para sa binata.

Pagdating niya sa kusina maayos na nakalagay sa lababo ang mga pinggan na ginamit ng dalawa. Napansin niya simula pa lang malinis sa loob ng bahay si Evan.

Ininit niya ulit ang ulam gusto niya kapag kakain siya mainit ang pagkain yung tipong mapapaso ang kaniyang labi.

Habang kumakain siya narinig niyang tumunog ang kaniyang cellphone nakita niyang tumatawag sa messenger ang kaibigan.

Hello? Bungad niya.

How are you? Tanong nito na akala mo'y hindi nagkita kanina.

Maayos lang ako. Kain

Anong foods mo?

Sinigang na hipon. Kumakain ka ba nito?

Yeah of course. Dahil yun sa ex.boyfriend ng pinsan ko.kwento nito.

Ganon ba? Gusto mo ipagdala kita bukas? Tanong niya sa kaibigan nakita niya ang kislap sa mga mata nito ng tanungin niya.

Sige miss kona din yan ehh. Excited ang tinig nito napa-ngiti siya dahil kahit anak mayaman ito parang sabik sa mga simpleng pagkain lang.

Sige bukas magdadala ako. Aniya.

Okay thank you. Bye.

Ini-end na nito ang tawag napa-ngiti na lamang siya sa naging reaksiyon ng kaibigan.

Pababa ng hagdan si Evan ng marinig niyang may kausap si Lisa parang pamilyar sa kaniya ang tinig ng babae peri hindi niya matandaan kung saan niya narinig.

Pagpasok niya sa kusina naka-ngiti pa si Lisa hindi kaya girlfriend ito ni Lisa, so ibig sabihin tibo ang kasama niya sa bahay kaya siguro ayaw din nito kay Mark.

Sino yung kausap mo? Hindi niya napigilan ang sarili na tanungin ito.

Si Trisha sir kaibigan ko. Sagot nito.

Naalala na niya kung saan niya narinig ang boses ng babae, dahil ito yung madalas nilang kasama ni Xena noong nag da-date sila.

Trisha ano?

Trisha Lopez po. Naguguluhan ang dalaga sa naging reaksiyon niya nanigas siyang bigla sa kinatatayuan niya ng makomperma niyang si Trisha na iniisip niya ay ang kaibigan ni Lisa.

Sir okay lang po ba kayo? Tanong nito tumayo ito at tangkang lalapit sa kaniya ng itinaas niya ang mga kamay.

I'm okay. Aniya.

Sigurado ho kayo?

Yes.

Bumuntong-hininga siya ng ilang ulit bago nahimasmasan, inisang lagok niya ang tubig na nasa basong hawak niya mabuti na lamang at hindi niya nabitawan ang hawak na baso. So ibig sabihin bumalik na sa pilipinas si Trisha, ibig ba nitong sabihin nandito na din si Xena yun ang dapat niyang alamin.